சீமுர்க்

பாலசுப்ரமணியன் பொன்ராஜ்

யாவரும்
பப்ளிஷர்ஸ்

The views and opinions expressed in this book are the author's own. The facts contained herein were reported to be true as on the date of publication by the author to the publishers of the book, and the publishers are not in any way liable for their accuracy or veracity.

- சீமுர்க் ● சிறுகதைகள் ● பாலசுப்ரமணியன் பொன்ராஜ்©
- முதல் பதிப்பு : ஜனவரி 2024

- Short stories ● Balasubramanian Ponraj©
- First Edition : January 2024

- Pages : 138 ● Price : ₹ 180/-
- ISBN : 978-81-19568-13-0

Released by :
M/s. Yaavarum Publishers
24, Shop no - B, S.G.P Naidu Complex,
Dhandeeswaram Bus Stop
Opp: Bharathiar Park
Velachery Main Road
Velachery, Chennai - 600 042
9024261472 & 9940021472
yaavarum1@gmail.com
Url : www.yaavarum.com; www.be4books.com
Designed by :

All rights, including professional, amateur, motion pictures, recitation, public reading, broadcasting and the rights of translation into foreign languages are strictly reserved. No part of this book may be reproduced in whole or in part or utilized in any form or by any means electronic or mechanical, including photocopying, recording or by any information storage and retrieval system now known or hereafter invented, without the prior written permission of the author/publisher.

Nothing is more refreshing than talking about our desires when they are already being fulfilled

- Novalis in Philosophical Writings

When the desires are unfulfilled we write stories

உள்ளடக்கம்

1. பனிமூடிய சிகரங்களும் நிலத்தடி வசிப்பிடமும் 7

2. வரலாற்றுக் கனவுகளின் வரலாறும்
வரலாற்றைக் கனவு காணச்செய்த
வாளின் வரலாறும் 30

3. விடுமுறை தினத்தில் ஓர் அனார்கிஸ்ட் 40

4. சீமுர்க் 62

5. நீத்தார் 78

6. தொடுகை 97

7. எத்திசைச் செலினும் அத்திசைச் சோறே 114

8. நினைவுத் திரையில் ஒரு கறுப்புப் பூனை 122

9. பணத்தின் குழந்தைகள் 131

1. பனிமுடிய சிகரங்களும் நிலத்தடி வசிப்பிடமும்

I

ஓசைகள் குறைந்திருந்த சர்ச் வீதியில் ஒரு பூனைக்காக நான் காத்திருந்தேன். அப்பூனை பிரித்தானியர் கால பங்களா ஒன்றின் இடப்பக்கத்தில், மூட முடியாதபடி உடைந்திருக்கும் மரக்கதவுகளை உடைய சாளரத்தின் நூற்றாண்டுகால இருளிலிருந்து வெளியே குதித்து, அவசரமேயில்லாமல் நடந்து சுற்றுச்சுவரில் துருப்பிடித்து ஒட்டிக்கொண்டிருக்கும் வெளிப்புறக் கதவருகே வந்து நிற்கும். அதன் முகத்தில் எந்தச் சலனத்தையும் எதிர்பார்க்க முடியாது. இந்த உலகில் அதன் தேவைகளென்று எதுவுமேயில்லை என்பதைப் போல அசைவின்றி நிற்கும். பூனையின் நிதானத்திற்கு பழகிவிட்ட நான், என் கையிலிருக்கும் அலுமினிய உறையைப் பிரித்து கோழி இறைச்சித் துண்டுகளை அதனருகே வீசுவேன். அந்தப் பூனைக்கு ஒரு வழக்கமிருந்தது. இறைச்சித் துண்டுகளைச் சுற்றி நடந்து, சிதறிக் கிடக்கும் துண்டுகளில் முதலில் ஒன்றைத் தேர்ந்தெடுத்து தின்று முடித்ததும் என்னைப் பார்க்கும். அப்போது நான் அங்கிருந்து நகர்ந்துவிட வேண்டும். மிகத் தாமதமாகத்தான் பூனையின் இந்த வழக்கத்தை கவனித்தேன் (எவையெல்லாம் நம்முன்னே தொடர்ந்து நிகழ்கின்றனவோ அவற்றில் நமது கவனம் குவிவதற்கு வெகுகாலமாகிறது). இன்று அந்தப் பூனையைக் காணவில்லை. சர்ச் வீதியிலிருக்கும் எனது ஒரே பிணைப்பு அதுதான். அதை விட்டால் கடந்த பத்தாண்டுகளாக ஒவ்வொரு சனிக்கிழமை மாலையும் நான் செல்லும் “பனை” எனப் பெயரிடப்பட்டிருக்கும் ஒரு மதுபான விடுதி. அதற்கு எதிரேதான் வீதியின் மறுகரையில் இருளிலிருந்து தோன்றும் பூனை

வசிக்கும் பங்களா இருக்கிறது. வெகு அரிதாகத்தான் அதில் மனிதர்களைப் பார்த்திருக்கிறேன். அல்லது அதைப்போன்ற சிதிலமடைந்து கொண்டிருக்கும் இடத்தில் வசிக்கும் துயரத்தை மனிதர்கள் யாருக்கும் வழங்க விரும்பாத நான் அந்தப் பூனை மட்டுமே அங்கே வசிக்கிறதென்று நம்ப விரும்புகிறேன். நாயோ, பூனையோ சிதிலங்களின் மீது கால் வைத்து நடப்பதைப் பார்ப்பதே துயரத்தை அதிகரித்து விடுகிறது.

கையிலிருக்கும் இறைச்சித் துண்டுகளை உறையோடு குப்பைத் தொட்டியில் வீசினேன். குப்பைத் தொட்டியைச் சுற்றிலும் மூச்சடைக்கச் செய்யும் வீச்சம். எதிர் நடைபாதையில் மோமோஸ் வேகவைக்கப்படும் தள்ளுவண்டியிலிருந்து நீராவி எழுந்து, வளைந்திருக்கும் விளக்குக் கம்பங்களின் தலையிலிருந்து பொங்கும் ஒளியில் கரைவதைப் பார்த்தேன். மெட்ரோ இரயில் நிலையத்திற்கு அருகேயிருந்த தள்ளுவண்டியைச் சுற்றி சில இளம்பெண்கள் நின்றிருந்தனர். அவர்களுடைய ஆடைகள் முழுக்க மேற்கத்திய பாணியிலிருந்தன. பாக்ஸர் ஷார்ட்ஸ் அளவிலான கீழாடை அணிந்த பெண்கள் இப்போது அதிகமாகியிருக்கிறார்கள் (நான் இந்த வீதியில் நுழைந்த நாட்களில் வெளிர் நீலநிற ஜீன்ஸ் கால்சட்டையும், வெள்ளை அல்லது கருப்பு நிற சட்டையுமே இளம்பெண்களின் உடையணியும் பாணியாக இருந்தது). யாராவது ஒருவர் கால மாற்றத்தை உற்றுக் கவனிக்க விரும்பினால் அவர்கள் பெண்களின் உடைகளைத்தான் முதலில் கவனிக்க வேண்டும். அவர்களது வெண்ணிறக் கால்களின் பச்சை நரம்புகள் உடலைச் சுற்றிப் படர்ந்து விளக்குக் கம்பங்கள், கட்டிடங்கள், மரங்களென சகல உயரங்களையும் மூடுமென்ற எனது உறக்கம் வராத இரவுநேரக் கற்பனையை ஒவ்வொரு முறையும் வெண்ணிறக் கால்களின் பச்சை நரம்புகளைப் பார்க்கும்போது நினைப்பேன். பச்சை நரம்புகள் என்னுடைய போர்வைக்குள் நுழைந்து சர்ச் வீதியின் மணங்களோடு என்மீது இலை பரப்பி மலர் விரிக்கும் இரவுகளில் பெண்ணுடலின் பிரத்யேகமான தசைகள் எனது கண்களின் மீது அசையும்.

மீண்டும் மதுபான விடுதிக்குத் திரும்பி குளிர்ச்சியாக ஒரு பியரை அருந்த விரும்பினேன். ஆனால் இன்று வராமல்போன பூனையைப் பார்க்கும்வரை நேரம் கடத்தவே அங்கே செல்ல விரும்பினேன் என்று உணர்ந்தேன். எத்திசையில் செல்வது என்று குழம்பினேன் (பிரிகேட் சாலையில் நிறுத்தப்பட்டிருக்கும் எனது காருக்குச் சென்றால் வேறெங்கும் போகாமல் ஃபிரேஸர் டவுனிலிருக்கும் எனது அடுக்குமாடிக் குடியிருப்பிற்குத் திரும்புவேன்). பார்ட்டன் சென்டரின் உறுதியான தோற்றமும் வீதியை நிறைத்திருக்கும் மரங்களின் நிழலும் எனது குழப்பதை மேலும் அதிகரித்தன. இறக்குமதி செய்யப்பட்ட விலை உயர்ந்த இருசக்கர வாகனமொன்று அதன் ஆசனவாயிலிருந்து வரும் உறுமலோடு வேகமாகச் சென்றது. எதிர்காலம் என்ற ஒன்றில் நான் நுழைந்து வழிதெரியாமல் நிற்பதைப்போல உணர்ந்தேன். நேரம் கடந்துவிட்டதால் சர்ச் வீதியிலிருக்கும் புத்தகக் கடைகளில் ஏதாவது ஒன்றிற்கு செல்லவும் முடியாது. மெட்ரோ இரயில் நிலையத்தின் சுவரில் அடர்த்தியான நிறத்தைப் பின்னணியாகக் கொண்டு வரையப்பட்டிருக்கும் சிறுவர்களின் முகங்களைப் பார்த்தேன். இரயில் நிலையத்தின் படிக்கட்டுகள் சர்ச் வீதியில் இறங்கிய நாட்களுக்கு முன்பிருந்தே இங்கே வருகிறேன் என்பதால் இந்த ஓவியம் வெறும் நிறமாகத் துவங்கி உருவங்களாக மாறி முற்றுப்பெற்றது வரை நான் பார்த்திருக்கிறேன். இனி அவை வளர முடியாது. வளர்ச்சியென்ற ஒன்றை அறிந்தேயிராத ஓவியச் சிறுவர்கள் அதைப் பற்றிக் கவலைப்படவும் மாட்டார்கள்.

என்னைப் போலவே எல்லோரும் சர்ச் வீதிக்கு வருகிறார்கள்.

நோக்கமுள்ளவர்கள்

வேடிக்கை பார்ப்பவர்கள்

ஊர் சுற்றிகள்

சுற்றுலா வந்தவர்கள்

இப்படியெல்லாம் இங்கே இருக்கினவென்று பார்க்க வந்தவர்கள் மேலும் பலர். இப்போது தெருவில் யாரையும் காணவில்லை. அங்குமிங்கும் நின்று கொண்டிருக்கும் ஒரு சிலரோ பொருட்படுத்தக்க எண்ணிக்கையில் இல்லையென்பதால் அவர்கள் அங்கே இல்லை என்றே எடுத்துக்கொள்ளலாம். கண்களை மூடிக்கொண்டு பார்வையை தலை நரைத்த காலங்களில் நிலைநிறுத்தும் பழைய சோசலிஸ்ட்டுகளும் இந்தியா காஃபி ஹவுஸ் வாசலிலிருந்து கலைந்து சென்றிருந்தார்கள். மெட்ரோ இரயில் நிலையத்தில் ஒரு பெண் தரையைப் பெருக்கிக் கொண்டிருந்தாள்.

"பனை" மதுபான விடுதியில்தான் நான் ஜாஸ் இசை கேட்டுப் பழகினேன். எனது திருமணத்திற்கு முன்பு சில நண்பர்களோடு சர்ச் வீதியின் ஒரு முனைக்கு அருகேயிருக்கும் ஹார்ட் ராக் பப்பிற்கு சிலமுறை சென்றிருக்கிறேன். முன்பதிவு செய்தவர்கள் வார இறுதியில் அங்கே அனுமதிக்கப்படுவார்கள் என்பதால் எனது நண்பனொருவன் இருக்கைகளை முன்பதிவு செய்திருந்தான். அன்றைய தினம் நேரடியாக ஒரு ராக் இசைக்குழு சில பாடல்களைப் பாடியதைக் கேட்டோம் (லீட் கிதாருக்கும் பேஸ் கிதாருக்கும் எனக்கு அப்போது வேறுபாடு தெரியாது). என்னை விடவும் குறைவான வயதுடையவர்களே சுற்றிலும் குழுமியிருந்தனர் (சர்ச் வீதியிலிருக்கும் மதுபான விடுதிகளில் குடிக்கவரும் பெண்களின் சராசரி வயது ஒவ்வொரு வருடமும் குறைந்துகொண்டே வருகிறது). குடித்திருப்பதால் மினுமினுப்படைந்திருக்கும் இளம்பெண்களின் ஈரப்பதமிக்க உதடுகளின் நிறம் அடர்ந்திருப்பதை நெருக்கத்தில் பார்க்கும் போதெல்லாம் கால்சட்டைப் பாக்கெட்டுகளில் ஒளிந்திருக்கும் எனது விரல்கள் லேசாகத் துடித்து விழித்தெழுவதை உணர்வேன்.

ஆனால் சமீப நாட்களாக ஜாஸ் இசையிலிருந்து பாப் பாடல்களுக்கு "பனை" மதுபான விடுதியின் இசை மாறியிருக்கிறது. மதுபான விடுதியின் பணியாளர்களும் கன்னடர்களாக இருந்து இப்போது முழுக்க இந்தி

பேசுகின்றவர்களாக நிறைந்திருக்கிறார்கள். கட்டணப் பணத்தை வாங்குபவன் மட்டும் ஒரு கன்னடன். அவன் பெயர் இலட்சுமணன். அவனும் கடந்த ஒன்றிரண்டு ஆண்டுகளாகத்தான் இங்கே இருக்கிறான். என்னைப் பார்த்ததும் "நம்ஸ்காரா சார், நிம்ம டேபிள் ரெடியிதே" என்பான். அவன் எனக்காகவேயென ஒரு மேஜையைத் தயார் செய்து வைத்திருக்கா விட்டாலும் எனக்கென ஒரு மேஜை எப்போதுமே கிடைத்துவிடக் கூடிய அளவிற்கே அங்கே கூட்டம் வரும். கடந்த மாதம் என்னுடைய நாற்பதாவது பிறந்த நாளில் எனது அலுவலக நண்பர்கள் சிலருக்கு இதே மதுபான விடுதியில் ஒரு பார்ட்டி அளித்தேன். அதற்கான கட்டணத் தொகையைப் பார்த்த லட்சுமணனுக்கு அளவுக்கதிகமான புன்சிரிப்பு. இப்போதும் என்னைப் பார்க்கும் போதெல்லாம் அது குறையாமல் இருக்கிறது.

இலட்சுமணன்தான் என்னை உலுக்கினான். யாருக்காக நான் அங்கே காத்திருக்கிறேன் என்று கேட்டான். நான் வெறுமனே தோள்களைக் குலுக்கினேன். அவன் ஒரு வாடிக்கையாளனோடு வந்திருந்தான். அட்டைகளைத் தேய்க்கும் இயந்திரம் செயல்படவில்லை என்பதால் அவனோடு பணமெடுக்கும் இயந்திரம் வரை செல்வதாகச் சொன்னான். நான் அவனிடம் திரும்பவும் மதுபான விடுதிக்கே செல்வதாகச் சொன்னேன்.

அறுபது வயது மதிக்கத்த ஒருவரும் அவருக்கே எதிரே ஒரு சிறுவனும் மட்டுமே விடுதியில் அமர்ந்திருந்தார்கள். அவர்களைத் தவிர எல்லோரும் போய்விட்டிருந்தார்கள். கூட்டம் இவ்வளவு சீக்கிரமாகக் கலைந்திருக்கும் என்று நான் எதிர்பார்த்திருக்கவில்லை. வழக்கமாக நான் அமரும் மூலையிலிருக்கும் நாற்காலியில் அமர்ந்தேன். நாற்காலியின் மெத்தையில் நான் விட்டுச்சென்றிருந்த சூடு இன்னும் குறைந்திருக்கவில்லை. புதிதாக வந்திருந்த ஏல் பியர் குடுவையொன்றை கொண்டுவரச் சொன்னேன். சிறிது நேரம் முன்புதான் ஒரு குடுவை நிறைய அருந்தியிருந்தேன். விடுதிச் சிப்பந்தி மதுபானக்

குடுவையை எனது மேஜையில் வைக்கும்போது வீதியின் மட்டத்திற்கு இணையாக இருக்கும் விடுதியின் தரையில் கால்களைத் தேய்த்துக்கொண்டு கசங்கிய டெனிம் மேற்சட்டையும் அழுக்கேறியிருந்த கால்சட்டையும் அணிந்திருந்த, தாடியில் முகம் புதைந்திருக்கும் ஒருவன் விடுதியின் உள்ளே நுழைந்தான். அவனைப் பார்த்ததும் அவன் என்னைத்தான் தேடி வந்திருக்க வேண்டுமென்று உணர்ந்தேன். அரிதாகத்தான் என்னுடைய உள்ளுணர்வு சரியாகச் செயல்படும் என்று எனக்கு நன்றாகவே தெரியுமென்பதால் பலரும் சொல்வதற்கு மாறாக நான் அதற்கு எதிரான முடிவுகளையே எடுப்பேன். ஆனால் இம்முறை அது சரியாகத்தான் செயல்பட்டிருக்கிறது.

அவன் நேராக எனக்கு எதிரே அமர்ந்தான். அவனுக்கு சுமார் ஐம்பது வயதிருக்கலாம் என்று அனுமானித்தேன். ஐநூறாகக் கூட இருக்கலாம். வாரப்படாத அவனது நரைமுடியும் சவரம் செய்திராத முகத்தின் சுருக்கங்களும் அவன் பிறப்பதற்காகக் காத்திருந்து அவன் பிறந்த உடனே அவனோடு சேர்ந்திருக்கக் கூடும். அவை அவனை விடவும் மூப்படைந்திருந்தன. இதுவரை நான் பார்த்தேயிராத அவன் என்னிடம் கேட்டான்: "டென்சிங் நார்கே ஷெர்பாவை நினைவிருக்கிறதா?"

"எனக்கு அவனை நினைவிருக்கிறது. ஆனால் உனக்கு எப்படி அவனைத் தெரியும்?"

"எனக்கு அவனையும் தெரியும், உன்னையும் தெரியும்"

நான் சற்றே பயந்தேன். பார்த்தேயிராத யாரோ ஒருவன் வம்பிழுப்பவனைப் போன்ற தோரணையில் எதிரே வந்து டென்சிங் ஷெர்பாவை நினைவிருக்கிறதா என்று மட்டும் கேட்டிருந்தால் நான் பயந்திருக்க மாட்டேன். அவனை சர்ச் வீதிக்கு அதிலும் குறிப்பாக இந்த மதுபான விடுதியை ஒட்டியிருக்கும் புத்தகக் கடைக்கு வருகின்றவர்களில் ஒருசிலருக்காவது நினைவிருக்க

வாய்ப்பிருக்கிறது. நானோ உடல்களேயில்லாத தெருவில் நுழைந்து கடக்கும் காற்றைப் போல வந்துபோகிறேன். புத்தகக் கடை, மதுபான விடுதி ஊழியர்களைத் தவிர என்னை யாரும் தெரிந்திருக்க முடியாது.

"எனக்கு ஒரு பியர் வாங்கிக்கொடு. நாம் அப்போதுதான் சௌகர்யமாகப் பேச முடியும்". அவனுக்கும் ஓர் ஏல் பியர் குடுவையை ஆர்டர் செய்தேன். முகத்தை இறுக்கமாக வைத்துக்கொண்டே விடுதிச் சிப்பந்தி அவன் முன்னே பியர் குடுவையை வைத்தான். அவனுடைய தோற்றமும் உடையும் அவனுக்கு எரிச்சலைத் தந்திருக்க வேண்டும்.

வாயெடுக்காமல் பாதிக் குடுவையை காலி செய்தபின் ஆசுவாசம் அடைந்தவனாகக் கேட்டான்.

"என்னை எங்காவது பார்த்திருக்கிறாயா?".

என்னுடைய அலுவலகத்தின் அருகிலோ, அன்றாடம் பணிக்குச் சென்று திரும்பும் வழியிலோ நான் கவனித்துப் பார்த்திருந்த மனநிலை பிறழ்ந்தவர்களின் முகங்களை நினைவு கூர்ந்தேன். ஒன்றன்பின் ஒன்றாக நினைவுச் சட்டகத்தில் மாறிய முகங்களில் இவன் சாயலில் கூட யாரையும் பார்த்திருப்பதாக எனக்குத் தோன்றவில்லை.

"இல்லை. ஆனால் நீ என்னைப் பார்த்திருக்கிறாயா?"

"பத்தாண்டுகளாக. உன்னை மட்டுமில்லை, சர்ச் வீதிக்கு வரும் எல்லோரையும் பார்த்திருக்கிறேன். என்னுடைய வேலையே வேடிக்கை பார்ப்பதுதான். மனித முகங்கள் எதையெல்லாம் சுமந்து இந்த வீதியில் நுழைந்து வெளியேறுகின்றன என்று அவதானிப்பது ஒரு பயனுள்ள பொழுதுபோக்கு. இளைஞர்களின் முகத்தில் காலச்சேகரமும் அதனால் உண்டாகும் அலைக்கழிப்பும் இல்லை. வாழ்வின் அத்தனை களைப்பும் ஏறி அமர்ந்திருக்கும் வயதானவர்களின் முகங்களைப் பார். அவர்கள் பயந்த கணங்களின் பீதியும்,

மகிழ்ச்சியான கணங்களின் திளைப்பும், ஒத்துழைக்காத உடலின் தளர்ச்சியால் உண்டாகும் அமைதியும் ஒன்றாகக் கலந்து எப்போதுமே ஒரு மாலைநேரம் அவர்களது முகங்களில் குடிகொண்டிருக்கிறது. முதுகில் சுமந்து வந்திருக்கும் கிதாரை உறை பிரித்து அவர்களது போக்கில் கட்டிடங்களின் வாசல் படிக்கட்டுகளில் அமர்ந்து ஆங்கிலப் பாடல்களை வாசிக்கும், அவர்களைச் சுற்றி நின்று தாங்கள் விரும்பிய சில பாடல்களை வாசிக்கச் சொல்லும் கூட்டமும், ஓரினச் சேர்க்கை, வீடுகளில் பணிபுரியும் பெண்களுக்கான அடிப்படை ஊதிய நிர்ணயம், ஊழலுக்கு எதிராக, சிறுமிகளுக்கு எதிரான பாலியல் குற்றங்கள், பெரிய அங்காடிகளில் பொருட்களை வாங்குவதை விடுத்து, வீடுகளுக்கு அருகேயிருக்கும் கடைகளில், கூடைக்காரிகளிடத்தில், தள்ளுவண்டிக்காரர்களிடம் மளிகைச் சாமான்களையும், காய்கறிகளையும் வாங்கச் சொல்லும் இளைஞர்களை நாம் பார்க்கிறோம். இந்த வீதியைத் தாண்டியதும் அவர்களது அடையாளங்களே மாறிவிடும். அவர்களது உலகில் அத்துமீறி நுழைந்துவிட்டவர்களைப் போல ஒதுங்கி நடக்கும் வயதானவர்களைப் பார். ஒரே உலகத்தின் வெவ்வேறு காலங்கள் ஒன்று கலக்காமல் விலகிச் செல்வதைப் பார்ப்பதே வேடிக்கையானது. நாம் எல்லோரும் ஒரு நேர்கோட்டில் வசிப்பதாக நம்புகிறோம். ஆனால் நாம் ஒரு வட்டத்தின் மீது நகர்ந்து கொண்டிருக்கிறோம். நான் சொல்வது சரிதானே?".

நான் பொறுமையிழந்தேன்.

"பொத்தம்பொதுவாக இப்படி எல்லோராலும் பேசிவிட முடியும். நானும் கூடச் சொல்வேன் இங்கே வருகின்றவர்கள் போகின்றவர்கள் எல்லோரையும் பற்றி".

"டென்சிங் நார்கே விடைபெற்றுச் செல்லும்போது நீ அவனிடம் கொடுத்தது மூன்றாயிரம் ரூபாய். இப்போது என்னை நம்புவதைத் தவிர உனக்கு வேறு வாய்ப்பே இல்லை."

எனது பயம் அதிகமானது. என்னுடைய பியர் குடுவையிலிருந்து இன்னும் ஒருவாய் கூட அருந்தியிருக்கவில்லை. இலட்சுமணன் திரும்பி வந்திருந்தான். அவன் எங்களையே பார்த்துக் கொண்டிருந்தான். கூண்டிலிருப்பதைப் போல உணர்ந்தேன். இலட்சுமணனிடமிருந்தோ எனக்கு எதிரே அமர்ந்திருப்பவனிடமிருந்தோ, மதுபான விடுதியிலிருந்தோ வெளியேற முடியாதென்பதைப் போல. பிரிகேட் சாலையிலிருந்து துவங்கி கோஷி உணவகத்தின் முகத்தில் முடியும் சர்ச் வீதியின் நடுப்பகுதியில் நகர முடியாமல் அமர்ந்திருந்தேன். வீதியின் இரண்டு முனைகளும் தொலைதூரத்திலிருந்தன.

அவன் அமைதியாக மீதமிருக்கும் பியரை அருந்திக் கொண்டிருந்தான்.

II

டென்சிங் திபெத்திலிருந்து நேபாளத்திற்கு இடம்பெயர்ந்தவர்களான ஷெர்பா இனத்தைச் சேர்ந்தவன். எவரெஸ்ட் சிகரத்திலேறும் மலையேற்றக்காரர்களுக்கு உதவியாளர்களாக, வழிகாட்டிகளாக, சுமைதூக்கிகளாகவும் இருப்பவர்கள். ஆண்டுக்கு இரண்டுமுறயாவது எவரெஸ்ட்டில் ஏறிவிடக் கூடிய அவர்கள்தான் பேஸ் கேம்ப்பிலிருந்து அலுமினிய ஏணிகளை, கயிற்றை, ஆக்ஸிஜன் பாட்டில்களை, கூடாரம் அமைப்பதற்கான சாமானங்களைச் சுமப்பதோடு, ஆபத்தான இடங்களைத் தெரிந்து வைத்து அவற்றைக் கடப்பதற்கான வழிமுறைகளைச் சொல்பவர்கள்.

டென்சிங் நார்கே ஷெர்பாவின் நினைவாக அவனுக்கு அப்பெயரை அவனுடைய பெற்றோர் வைத்திருந்தாலும் பிறக்கும் போதே ஒரு கால் வளைந்திருந்ததால் அவனால் மலையேற்றக்காரர்களுக்கு உதவி செய்யும் பணியை மேற்கொள்ள முடியவில்லை. ஆறு

நபர்களுடைய குடும்பத்தில் அவனுடைய அண்ணனான பசாங் ஷெர்பா மட்டுமே மலையேறும் வெள்ளைக்காரர்களுக்கு உதவி செய்யும் வேலைக்குச் சென்றவன். அவனும் அவனுடைய அண்ணன் மட்டுமே ஆண்கள். அவனுடைய அம்மாவையும் சேர்த்து மீதி நான்கு பேரும் பெண்கள். ஹிமெக்ஸ் கம்பெனிக்காரர்கள் பசாங் ஷெர்பாவை பணிக்கு அமர்த்தியிருந்ததால் நிலையான வருமானம் போல சம்பாத்தியம் கிடைத்தது. கும்பு பனிப்பொழிவில் ஆபத்தான அளவிற்குத் திரண்டிருந்த பனித்திரட்சியின் அடியே மெதுவாக நடந்து அதனைக் கடந்துசெல்பவர்கள் எந்நேரமும் விபத்தில் சிக்கலாம் என்பதால் இரண்டாயிரத்து பனிரெண்டாம் வருடம் கம்பெனிக்காரர்கள் மலையேற்றத்தை ஏற்பாடு செய்வதை நிறுத்தி விட்டார்கள். பின்பு சிறுசிறு நிறுவனங்களுக்காகவும் தனிப்பட்ட முறையில் மலையேற வருபவர்களுக்காகவும் பசாங் பணியாற்றினான். இரண்டாயிரத்து பதினான்காம் ஆண்டில் கும்பு பனிப்பொழிவில் ஹிமெக்ஸ் கம்பெனிக்காரர்கள் எதைக்கண்டு மலையேற்றத்தை நிறுத்தினார்களோ அதே பனித்திரட்சி சரிந்து பதினேழு நேபாளிகள் இறந்தனர். அவர்களில் நான்கு வழிகாட்டிகளின் உடல்கள் கிடைக்கவில்லை. பசாங் அவர்களில் ஒருவன்.

"என்னுடைய சகோதரன் வெள்ளைப் பனியின் அடியே உடல் அழுகாமல் உறங்கிக்கொண்டிருப்பான். வெண்ணிறத்தைத் தவிர வேறொரு நிறத்தை அவனால் பார்க்க முடியாது." என்னுடைய வீட்டிற்கு டென்சிங் ஷெர்பா வந்திருந்த நாளில் அவனுடைய அண்ணனைக் குறித்து பேசும்போது சொன்னான்.

அவனுடைய மரணத்திற்குப் பிறகு டென்சிங்கின் குடும்பத்தில் வருமானம் குறைந்தது. டென்சிங்கிற்கு அவனுடைய நண்பர்களில் சிலரைப்போல வெளிநாடுகளுக்கு டாக்ஸி ஓட்டுவதற்குச் செல்ல ஆசைதான் என்றாலும் அவனுடைய வளைந்த காலால் கார் ஓட்டுவது சிரமம் என்பதால் அவன் காரோட்டவும்

கற்றுக்கொள்ளவில்லை. சம்பாத்தியத்திற்கு வழிதேடி பெங்களூர் வந்தவனுக்கு நேபாளிகளில் யாரோ ஒருவன் சர்ச் வீதியிலிருக்கும் புத்தகக் கடையில் வாகனம் நிறுத்துமிடக் காவலாளி வேலையை வாங்கித் தந்தான். புத்தகக்கடை நிர்வாகத்தினர் அவனைக் கடையின் கீழே நிலத்தடித் தளத்தில் தங்குவதற்கும் அனுமதித்தார்கள்.

நான் அங்கேதான் அவனைப் பார்த்தேன். நிலத்தடித் தளத்திற்கு நுழையும் சரிவான வாயிலில் நின்று, இருசக்கர வாகனங்களை நிறுத்துபவர்களை ஒழுங்குபடுத்தும் அவனுக்கு அருகேயிருந்த தொட்டிலில் அவனது குழந்தை உறங்கிக்கொண்டிருந்தது. நீளமான தலைமுடியில் ஒருபகுதியை முடிந்து உச்சியில் கொண்டை வைத்திருந்தான். நிலத்தடித் தளத்தில் எனது இருசக்கர வாகனத்தை (அந்நாட்களில் நான் கார் வாங்கியிருக்கவில்லை) நிறுத்தச் செல்லும்போதுதான் கவனித்தேன், காற்றும் வெளிச்சமும் புகாத ஒரு மூலையில் கார்ட்போர்ட் தடுப்புகளுக்குப் பின்னே புதிதாக ஒரு வசிப்பிடம் உருவாகியிருப்பதை. கம்பளி ஆடை அணிந்திருந்த ஒரு வயதான பெண் (அவனுடைய அம்மா) கதவிற்குப் பதிலாகத் தொங்கிக்கொண்டிருந்த திரைக்கு அருகே உட்கார்ந்திருந்தாள்.

தடுப்பைச் சுற்றிலும் உடைந்த நாற்காலிகளும், பயனற்ற பொருட்களும், காலியான அட்டைப் பெட்டிகளும், அடிமட்ட விலைக்கு விற்பதற்காக குவிக்கப்பட்டிருக்கும் எவ்லின் வா(ஹ்)வின் புத்தகங்களும் அவனது வசிப்பிடத்தை மூழ்கடிக்க முயன்றிருந்தன. இருளை விரட்டுவதற்காக ஒரு மின்விளக்கு எரிந்துகொண்டிருந்தது. அந்த விளக்கின் வெளிச்சத்திற்குப் பதிலாக இருட்டிற்கு பழகிவிட்டால் அவர்களால் நன்றாகப் பார்க்க முடியும் என்று நினைத்தேன். குளிப்பதற்கு வசதியாக சிமெண்டால் தரையில் கரை கட்டிய இடத்தில் குழாயும் இரண்டு பக்கெட்டுகளும் இருந்தன. இந்த நகரத்தில் நிலத்தடியே வசிப்பவர்கள் பெருகிக் கிடக்கிறார்கள்.

அதன் பிறகு ஒவ்வொரு சனிக்கிழமையும் அவனோடு சிறிது நேரம் உரையாடுவேன். அவனுடைய குழந்தைக்கு ஆடைகளும் அவனுடைய அம்மாவிற்கு கொஞ்சம் பணமும் அளிப்பேன். அவனுடைய மனைவியை நான் பார்த்ததேயில்லை. அவள் எங்கே என்ற கேள்விக்கு வேலைக்குச் சென்றிருப்பதாகவே டென்சிங் ஷெர்பா பதிலளிப்பான்.

ஒரு சனிக்கிழமை மாலை புத்தகக் கடையின் மேலாளரிடம் அனுமதி பெற்று டென்சிங் ஷெர்பாவை எனது அடுக்குமாடிக் குடியிருப்பிற்கு அழைத்து வந்திருந்தேன் (அன்றைக்கு பெர்னார்ட் ஷா எழுதிய முன்னுரைகளின் முழுத் தொகுப்பும், ஜான் அப்டைக்கின் ஆரம்பகால சிறுகதைகள் தொகுப்பும் வாங்கியிருந்தேன்). கார்ட்போர்ட் தடுப்புகளின் சிறையிலிருந்து ஓர் இரவுக்கான பரோலை நான் அவனுக்கு அளிக்க விரும்பினேன்.

ஃபிரேசர் டவுணிலிருக்கும் எனது வீட்டிற்கு செல்வதற்கு அரைமணி நேரம் (அந்தப் பகுதியை புலிகேசி நகர் என்று பெயர் மாற்றியிருந்தாலும் இன்றுமே அதை ஃபிரேசர் டவுண் என அழைப்பவர்களே அதிகம்). கடுமையான போக்குவரத்து நெரிசல் மிகுந்த சாலைகளின் வழியாகத்தான் வரவேண்டும். ஒரு நாளின் சில மணிநேரங்களை சாலைகளில் செலவழிக்கும் வாழ்க்கை முறைக்கு வெகுவாகப் பழகியிருந்ததாலும் ஒவ்வொரு முறையும் போக்குவரத்து நெரிசலில் சிக்கும்போதும் எரிச்சலடைவதைத் தவிர்க்க முடிவத்தில்லை. டென்சிங் பெங்களூர் வந்ததிலிருந்து பயணித்ததேயில்லை என்றான். காரின் முன்பக்க இருக்கையில் ஒடுங்கி அமர்ந்திருந்தான்.

பால்கனியில் ஒரு மேசையை அமைத்து அதன்மேல் விரிப்பு ஒன்றை விரித்தேன். ஆல்பர்ட் பேக்கரியிலிருந்து வாங்கி வந்திருந்த தின்பண்டங்களை தட்டுகளில் வைப்பதற்கு டென்சிங் உதவினான். குளிர்சாதனப் பெட்டியின் உறைவிக்கும் பகுதியிலிருக்கும் பிளாஸ்டிக்

தட்டுகளில் நீரை ஊற்றி வைத்தேன். நீர் பனியாகும் வரை அவனைக் காத்திருக்கச் சொன்னேன்.

வரவேற்பறையிலிருந்த சோஃபாவில் அமர்ந்திருந்த டென்சிங் புத்தக அலமாரியையும் சுவரில் தொங்கிக் கொண்டிருக்கும் புகைப்படங்களையும் பார்த்தான். நான் ஆடைகளைக் களைந்து, எப்போதுமே இரவு உடையாக அணியும் பருத்தியாலான டி-சர்ட்டும் அரைக்கால் சட்டையும் அணிந்தேன்.

பனித்துண்டங்கள் தயாரானதும் அவனும் நானும் மேசைக்குச் சென்றோம். உயர் ரக விஸ்கி ஒரு முழு பாட்டிலை வாங்கியிருந்தேன். மிகுந்த கூச்சத்திற்குப் பிறகு விஸ்கி குடிப்பதற்கு ஒப்புக்கொண்டான். விஸ்கியோடு, பனித்துண்டங்களையும் டானிக் தண்ணீரையும் கலந்து கொடுத்தேன். இந்தச் சந்திப்பிற்கு முன்பே திட்டமிட்டிருந்ததால் அன்று நான் “பணை”க்குச் சென்றிருக்கவில்லை. ஹாஜி சர் இஸ்மாயில் சேட் மசூதியை எனது வீட்டின் பால்கனியிலிருந்து தெளிவாகப் பார்க்க முடியும். அண்ணாசாமி முதலியார் பள்ளிச் சீருடை அணிந்திருந்த சிறுவர்கள் ஒருசிலர் மசூதியின் அருகே ஏதோ போஸ்டர்களை ஒட்டிக்கொண்டிருந்தனர். இரவுத் தொழுகை முடிந்தும் அங்கே விளக்குகள் எரிந்துகொண்டிருந்தன.

ஷெர்பாக்கள் எளிதாக ஆங்கிலம் கற்றுக்கொள்வார்கள். அவர்களது பிழைப்பே வெள்ளைக்காரர்களைச் சார்ந்திருப்பதால் மலையேற்றத்தை எவ்வளவு சுலபமாகக் கற்றுக்கொள்கிறார்களோ அதே அளவில் ஆங்கிலம் பேசுவதற்கும். ஆனால் டென்சிங் ஷெர்பா தயங்கித் தயங்கிதான் ஆங்கிலம் பேசினான். தவறாகப் பேசிவிடக் கூடாதென்ற தயக்கத்தைக் காட்டிலும் அவன் பேசுவதற்குக் கூச்சப்படுகின்றவனாக நான் உணர்ந்தேன். அவனுடைய மனைவியைப் பற்றிக் கேட்டேன். பதில் சொல்லாமல் அவனுடைய ஊரைப் பற்றியும், எவரெஸ்ட் சிகரம் ஏற வருகின்ற வெள்ளை மலையேற்றக்காரர்களைப் பற்றியும்

பேசினான். வரலாற்றில் பதிவு செய்யப்பட்ட முதல் மலையேற்றத்திற்கு முன்பே பல நூறுமுறை ஷெர்பாக்கள் எவரெஸ்ட் சிகரத்தில் ஏறியிருக்கிறார்கள் என்றான்.

"நாங்கள் ஒரு சிகரத்தில் எங்கள் வாழ்வைப் பிணைத்துக் கொண்டு வாழ்கிறோம். வெள்ளைக்காரர்கள் மலையேற வராவிட்டால் பனிமூடிய அந்த மலைகளில் நாங்கள் என்ன விவசாயமா செய்ய முடியும்? நீங்கள் எப்போது இந்த வீட்டை வாங்கினீர்கள்? இல்லை பிறந்து வளர்ந்ததே இங்கேதானா?".

"இந்த வீட்டை எனது திருமணத்திற்கு முன்பாக வாங்கினேன். அப்போது நான் ஐடிசியில் பணியாற்றிக் கொண்டிருந்தேன். திருமணத்திற்கு முன்பு நான் வில்ஸன் கார்டன் பகுதியில் வசித்தேன். எனது சொந்த ஊர் தமிழ்நாட்டில் உள்ள சென்னை. இந்தப் பகுதியில் தமிழர்கள் நிறைய இருப்பதால் எனது ஊரிலிருப்பதைப் போலவே உணர்வேன்." நான் சொன்ன இடங்களை அவன் பார்த்திருக்க வாய்ப்பில்லை.

அவன் பால்கனியிலிருந்தே வீட்டை மீண்டுமொரு முறை நோட்டமிட்டான். வரவேற்பறையும் உணவருந்தும் அறையும் இணைந்திருக்கும் பகுதிவரை இங்கிருந்து பார்க்க முடியும். இரண்டு படுக்கையறைகளில் ஒன்றை மட்டுமே நான் பயன்படுத்துவேன். இரண்டாவது படுக்கையறையை சென்னையிலிருந்து என் பெற்றோர்கள் வந்தால் பயன்படுத்துவதற்கென்று ஒதுக்கி வைத்திருந்தேன். வரவேற்பறையில் இரண்டு ஓவியங்களை தொங்க விட்டிருக்கிறேன். ஆளுயர புத்தக அலமாரியை நிரப்பியிருக்கும் புத்தகங்களில் பெரும்பாலானவை வாசிக்கப்படாதவை. அதற்கு அருகே நாற்பத்தி நான்கு அங்குலம் அளவுள்ள தொலைக்காட்சியும் பழங்குடி முகமூடியொன்று ஒட்டப்பட்டிருக்கும் குளிர்சாதனப் பெட்டியும் இருக்கின்றன.

"உங்கள் மனைவியின் புகைப்படம் ஒன்று கூடவா இல்லை?"

அவனோடு பழகத் துவங்கிய சில நாட்களிலேயே என் மனைவி இறந்துபோய் விட்டதை அவனுக்குச் சொல்லியிருக்கிறேன்.

“அவளுடைய ஞாபகம் தொந்தரவூட்டக் கூடாது என்பதற்காக கழற்றி வைத்திருக்கிறேன். உன்னுடைய அம்மா இரவு நேரத்தில் பையன் எழுந்து அழுதால் சமாளித்துக் கொள்வாளில்லையா?”

“என்னையும் சேர்த்து ஐந்து குழந்தைகளை வளர்த்தவள். பார்த்துக்கொள்வாள். ஷெர்பா ஆண்கள் மலைகளை எப்படி அறிந்திருக்கிறார்களோ அதைப் போலவே எங்களது பெண்கள் குழந்தைகளை அறிந்திருக்கிறார்கள்.” இதைச் சொல்லும்போது அவனது குரல் மிடுக்காக வெளிப்பட்டது. தயக்கமில்லாமல்.

அவனுடைய ஊரை விவரித்தான். மலையைச் சுமக்கும் வேலைக்குக் கிடைக்கும் சொற்ப ஊதியத்தையும், விபத்தில் இறந்து போனால் கிடைக்கிற குறைவான இழப்பீட்டுத் தொகையையும், அரசியல் நெருக்கடிகளுக்குப் பிறகு நேபாளத்தில் பெருகிவிட்ட விபச்சாரமும், சூதாட்டமும், எல்லையோர கடத்தல்காரர்களையும் குறித்துப் பேசினான். பள்ளிகளே இல்லாத நேபாளத்தின் கிராமப்புறங்களையும்.

இடையிடையே எழுந்து சென்று நான் அவனுக்காக கோழிக்கறி வறுவல் சமைத்தேன். அதை எடுத்துவந்து தட்டில் பரப்பில் எலுமிச்சை சாறு பிழிந்து வைத்ததும் ஆவலாக எடுத்துச் சாப்பிட்டான்.

“நீங்கள் ஒருமுறையாவது எனது வீட்டில் சாப்பிட வேண்டும். என் அம்மா சாம்பாவும் வெண்ணை கலந்த தேநீரும் சுவையாகச் செய்வாள். இங்கே வந்த பிறகு அவள் ஒருமுறை கூட ரக்சியைக் குடிக்கவில்லை. அதுகுறித்து அவளுக்கு வருத்தமிருந்தாலும் ஊருக்கு போகின்றவர்கள் யாராவது வாங்கி வரும்வரை அவள் காத்திருக்கத்தான் வேண்டும். தும்ஜி பண்டிகைக்கு அவள் ஊரில் இல்லாதது, காய்ந்து போன காஜர்ஞ்..

காஜர்ஞ். கேரட்டைப் பார்த்தால் எரிச்சலடைகிறாள். நீங்கள் அவள் தயாரிக்கும் வெண்ணை கலந்த உப்புத் தேநீரைக் குடிக்க வேண்டும். சுவரைப் பார்த்து தியானம் செய்த போதி தர்மா தூங்கிவிடக் கூடாதென்று அவரது இமைகளை அறுத்துப் போட்டார். அதுதான் தேயிலை. நாங்கள் அதை நம்புகிறோம். ஒவ்வொரு தேயிலையும் போதி தர்மாவின் புதிதாக அறுக்கப்பட்ட இமைகள். கணக்கேயில்லாத இமைகளை வெட்டிக்கொண்டே போதி தர்மா தியானிக்க முயல்கிறார். நாம் தேநீர் அருந்துகிறோம். தேநீரைத் தயாரிக்க மூங்கிலைக் கூடப் பயன்படுத்துவோம். அது ஒரு மருந்து. மாவோயிஸ்ட்டுகள் எழுச்சியின் போது குக்கர் பயன்படுத்துவதை தடை செய்திருந்தார்கள். குக்கரைப் பயன்படுத்தி அவர்கள் குண்டுகள் செய்தனர். நாங்கள் தண்ணீரைக் கொதிக்க வைக்கக் கூட சிரமப்பட்டோம். இங்கே வந்து ஒரு குக்கரை வாங்கியதும் அம்மா கொஞ்சம் சமாதானமானாள். கோழிக்கறியும், முட்டையும் அங்கே விலை அதிகம். இங்கே கோழிக்கறி விலை குறைவாகக் கிடைக்கிறது. பியர்கள் ஒன்று கூட குடிக்கும் தரத்தில் இல்லை. வண்டிகளை நிறுத்துபவர்கள் அளிக்கும் பணத்திலிருந்து பியர் வாங்கி வந்து நானும் அம்மாவும் அருந்துவோம். அப்போது கூடுதலாக எங்களது ஊர் ஞாபகம் எழும். நாங்கள் அருந்தும் பியரை ரின்போச்சேதான் உருவாக்கினார் (கைகளைக் குவித்து தலைவணங்கினான்). அவர் தயாரித்த பியரில் ஆந்தையின் கண்களையும் புலியின் இதயத்தையும் கலந்தார். அதனால்தான் ஒருசிலர் பியரைக் குடித்தால் உறங்குகிறார்கள், வேறு சிலர் புலியைப் போல எழுச்சியடைகிறார்கள். நீங்கள் உங்கள் ஊரில் என்னவிதமான மதுவை அருந்துவீர்கள் கடைகளில் விற்கும் வெளிநாட்டுச் சரக்குகள் அல்லாமல்?".

"முன்பு கள்ளும், சாராயமும். சென்னையில் அவை கிடைப்பதில்லை. ஒருசிலர் சமைக்கப்பட்ட அரிசியை நொதிக்க வைத்து அருந்துவார்கள். எங்களது

மதுவகைகளுக்கு தயாரிப்புக் குறிப்புகள் உண்டே ஒழிய உங்களுடையதைப் போல தொன்மங்கள் கிடையாது."

தேவையான இடைவெளியை எடுத்துக் கொண்டான். விஸ்கியின் அளவைக் குறைத்தே ஊற்றினேன்.

"அதை வீடென்று தவறாகச் சொல்லி விட்டேன். மனிதர்கள் வசிக்கும் இடங்களெல்லாம் வீடாக மாறுவதில்லை. அது எலிகள் வசிக்குமிடம் (வங்கு என்பதற்கான ஆங்கிலச் சொல்லிற்காகத் தடுமாறினான். எனக்கும் கூட மறந்து போயிருந்தது). தூங்கும்போது என் அம்மாவின் மீது கால் படும் ஒவ்வொரு முறையும் குறுகலான அந்த இடத்தில் தூங்குவதை விடவும் இறந்துபோய் அதை விடவும் குறுகலான ஓரிடத்தில் நிரந்தரமாகத் தூங்குவதே நல்லதென்று நினைப்பேன் (அவனுடைய மனைவியைக் குறித்து ஒன்றும் சொல்லாமலிருந்தது ஆச்சரியமாக இருந்தது). இன்னும் எவ்வளவு வருடங்கள் நாங்கள் இந்தச் சிரமத்திற்கு உள்ளாக வேண்டுமோ. குளிர்ச்சியான எங்கள் இமாலயக் காற்றை எப்போது சுவாசிப்போமோ?. அந்தக் காற்றே ஒரு மருந்து. மனக்கவலை, உடல்வலி எல்லாவற்றையும் போக்கிவிடும். அம்மாவிற்கு இங்கே வந்த நாட்களிலிருந்தே தொடர்ச்சியாக இருமல். வெளிச்சத்தைப் பார்ப்பதற்கே ஏதோ மலைக்குகையிலிருந்து வெளியே வருவதைப் போலிருக்கிறது."

"உங்கள் ஊர்க்காரர்கள் வெவ்வேறு இடங்களுக்குப் போகிறார்கள் இல்லையா?".

"முன்பு இல்லை. எவ்வளவு நாள்தான் மலையைப் பிடித்து தொங்கிக் கொண்டிருப்பது. தவிர அங்கே சம்பாதிக்கும் சொற்ப பணம் கட்டுபடியாவதில்லை. நாங்கள் பெருகிவிட்டோம். மலையிலிருந்து சமவெளிகளுக்குப் போகிறோம். கண்களைக் கூசச் செய்யும் பனிமூடிய சிகரங்களையும் தூய்மையான நீலவானத்தையும் பார்ப்பதற்கு ஏக்கமாக இருக்கிறது.

இங்கே கண் விழிப்பதிலிருந்து தூங்குவது வரை நாங்கள் வெளிச்சத்தையே பார்க்க முடியாமல் இருக்கிறோம். ஆனால் எங்கேயிருந்தாலும் வாழ்க்கை ஒன்றுதான். அது மலைச்சிகரமோ, நிலத்தடியோ வாழ்க்கை ஒன்றுதான்".

டென்சிங் செர்பா அழுதான். நான் அமைதியாக எழுந்து அவனது தோளைத் தட்டிக் கொடுத்தேன். கைகளால் முகத்தைத் துடைத்துக்கொண்டான்.

"உனது மனைவியைப் பற்றி ஒன்றுமே சொல்லவேயில்லையே?"

"குழந்தை பிறந்த சில நாட்களில் அவள் இறந்து போனாள். நானே அவளைக் கொன்றேன்."

அவனது பதிலைக் கேட்டு நான் அதிர்ந்தேன். அவனிடம் தொடர்ந்து பேசுவதற்கு முன்பாக ஒருமுறை விஸ்கியைக் குடித்தேன். அதன் சுவை வேறொன்றாக நாவில் படர்ந்தது.

"ஏன் அவளைக் கொன்றாய்?".

"இந்தக் குழந்தை இருக்கிறதே (அருகேயிருப்பதைப் போல கைகளை நீட்டிச் சொன்னான்) அது எனக்குப் பிறந்ததில்லையென்று என் அம்மா சொன்னாள். அது உண்மையா பொய்யா என்று கூட நான் யோசிக்கவில்லை, ஆத்திரத்தில் கழுத்தை நெரிக்க அவள் இறந்து போனாள். எங்களது சிறிய விவசாய நிலத்தில் அவளை அம்மாவும் நானும் புதைத்தோம். என்னுடைய அண்ணனைப் போலவே அவளும் ஒரேயொரு நிறத்தை மட்டுமே பார்த்துக் கொண்டிருப்பாள். மண்ணின் செம்பழுப்பு நிறம். அதற்காக நான் பலமுறை மனம் வருந்தினேன். இப்போதும் வருத்தமிருக்கிறது. ஒருவேளை என் அம்மா இதைச் சொல்லியிருக்காவிட்டால், நான் அவளைக் கொன்றிருக்காவிட்டால் நிலத்தடியில் வசிப்பதற்கு நான் வந்திருக்கவே மாட்டேன். அவளைக் கொன்றதற்காகத்தான் இங்கே வெளிச்சமேயில்லாத இடத்தில், தெரியாத ஊரில் தண்டனையை

அனுபவிக்கிறோம். அவளுடைய கரிய நீண்ட கூந்தல் அவ்வளவு அழகானது."

அவனுடைய குரல் தளர்ந்து, மீண்டும் அழுதான். அவனுக்கு எப்படி ஆறுதல் சொல்வதென்று தெரியாமல் விழித்தேன். மீதமிருந்த விஸ்கியை முழுதுமாக அவனுடைய கோப்பையில் ஊற்றினேன். டானிக் தீர்ந்து போயிருக்க நீர் கலந்து அவனுக்குக் கொடுத்தேன். ஒரே மடக்கில் குடித்தான். குடித்ததும் தேம்பி அழுதான்.

அவனுடைய தோள்கள் அளவுக்கதிகமாகக் குலுங்கின. வழிந்த கண்ணீரால் வற்றிப் போயிருக்கும் அவனது கன்னங்கள் பளபளத்தன. நான் எழுந்துபோய் ஒரு துண்டை எடுத்துவந்து அவனுக்குக் கொடுத்தேன். துண்டை முகத்தில் வைத்துக்கொண்டு கொஞ்ச நேரம் அழுதான். நான் அமைதியாக அவனையே பார்த்துக் கொண்டிருந்தேன்.

மேஜையிலிருந்த விஸ்கி பாட்டிலை, கோப்பைகளை, தட்டுகளை எடுத்து சமையலறையில் வைத்தேன். மேஜையை எடுத்துவந்து வரவேற்பறையின் ஒரு மூலையில் வைத்தேன். மீந்து போயிருந்த தின்பண்டங்களை, கோழி எலும்புகளை உறைபோட்டிருந்த குப்பைக் கூடையில் கொட்டினேன். அவனுக்கு வரவேற்பறையில் படுக்கை விரித்தேன். குளிரூட்டியை முடுக்கினேன். அவனை நாற்காலியிலிருந்து எழுப்பி கைத்தாங்கலாக அழைத்து வந்து படுக்க வைத்தேன். தலையணைக்கு அருகே தண்ணீர் பாட்டிலை வைத்தேன். அவனை உறங்கச் சொல்லிவிட்டு நகரும்போது கேட்டான்:

"உங்கள் மனைவி எப்படி இறந்தார்கள்?".

"நாம் மதுவருந்திய பால்கனியிலிருந்து தவறி விழுந்து". பால்கனியைக் காட்டினேன். அவன் மெதுவாகத் தலையைத் திருப்பி படுத்த வண்ணமே பால்கனியைப் பார்த்தான். காலியாக இருந்த பால்கனிக்கும் அப்பால் வெளிச்சமேயில்லாத வெளியில் ஒரு முகம் தெரிவதைப் போல உணர்ந்தேன். அப்படி

உணர்வது அது முதல்முறை இல்லை. மேசைக்கு கீழே தொங்கும் விரிப்பு காற்றில் அசைந்தது. பால்கனிக்கு அருகேயிருந்த கதவைச் சாத்தினேன். கதவுக்கு வெளியே யாரோ உள்ளே நுழைவதற்காகக் காத்திருப்பதைப் போலிருந்தது. அது யாரென்றும் எனக்குத் தெரியும். மூடப்பட்டிருக்கும் எல்லாக் கதவுகளுக்குப் பின்னும் உள்ளே நுழைவதற்காக யாராவது காத்திருக்கத்தான் செய்வார்கள்.

அவனை எனது வீட்டிற்கு அழைத்துச் சென்ற சில மாதங்களுக்குப் பிறகு தொடர்ந்து ஒவ்வொரு சனிக்கிழமையும் அவனைச் சந்தித்தேன். ஆடைகள் வாங்கிக் கொடுத்தேன். அவன் விலை மலிவான சீன செல்போன் ஒன்றை வாங்கி, அவனுடைய எண்ணைக் கொடுத்தான். அவன் ஊருக்குச் சென்ற நாளில் என் கையிலிருந்த மூன்றாயிரம் ரூபாய்களைக் கொடுத்தேன். அவனுடைய அம்மா நன்றி சொல்பவளைப் போல கைகளைக் கூப்பினாள். எனக்கோ அவளைப் பிடிக்காமல் போயிருந்தது. ஊருக்குச் சென்றவன் மீண்டும் வரவேயில்லை. புத்தகக் கடை மேலாளரிடம் கேட்டேன். அவருக்கும் அவர்களைப் பற்றி ஒன்றும் தெரிந்திருக்கவில்லை. நிலத்தடித் தளத்திற்கு சென்று பார்த்தேன். கார்ட்போர்ட் தடுப்புகளாலான வசிப்பிடம் கலைக்கப்பட்டிருக்க, பொருட்கள் நிறைந்திருக்கும் தளத்தில் ஒரு மூலை மட்டும் குகைகளின் வாயிலைப் போன்ற வெறுமையுடன் இருந்தது.

இப்போது நினைவுக்கு வருகிறது. மிகச்சரியாக அவன் விடைபெற்றுப் போன தினத்தில்தான் நான் அந்தப் பூனைக்கு கோழி இறைச்சித் துண்டுகளை அளிக்கத் துவங்கினேன்.

III

என் முன்னே அமர்ந்திருந்தவன் இன்னொரு பியர் வாங்கித்தரக் கேட்டான். இலட்சுமணன் மட்டுமே அங்கேயிருந்தான். நான் அவனிடம் இன்னொரு குடுவை பியர் கொண்டுவரச் சொன்னேன்.

"டென்சிங்கைப் பற்றி நீ ஏன் என்னிடம் கேட்கிறாய்?"

இம்முறை ஒரே மடக்கில் அவனால் குடிக்க முடியவில்லை.

"அன்றைக்கு நீ அவனிடம் பொய் சொல்லியிருக்கிறாய்."

இதயம் வேகமாகத் துடிப்பதைக் கேட்டேன். எனது மார்பின் உள்ளேயிருந்து ஏதோவொன்று எலும்புகளை உடைத்துத் திறந்து வெளியேற முனைந்தது. இலட்சுமணன் என்னையே பார்த்திருந்தான். அகலத் திறந்திருக்கும் வாசலுக்கு வெளியே சர்ச் வீதியே இருளில் மூழ்கிய தோற்றத்திலிருந்தது. மதுபான விடுதியில் இசை நின்றிருப்பதை அப்போதுதான் உணர்ந்தேன். அது முன்பே நிறுத்தப்பட்டிருக்க வேண்டும். நான் கவனித்திருக்கவில்லை. அங்கே நிலவிய அமைதியோ இசை ஒலிகளிலிருந்து பிரிந்து அதன் முந்தைய நிலைக்குச் சென்றிருந்தது. தொந்தரவூட்டப்படாத தூக்க நிலை.

நிதானமாக அவன் பியர் அருந்தினான். நான் பன்னெடுங்காலமாக அவன் முன்னே அமர்ந்திருப்பவனைப் போல அவனிடமிருந்து விலக விரும்பினேன். இந்தச் சந்திப்பு முடிவுறாமல் நீளுமென்று யோசித்தேன்.

"கொஞ்சம் கோழி இறைச்சியை ஆர்டர் செய்".

அவனுடைய கட்டளைக்குப் பணிவதைத் தவிர எனக்கு வேறு வழியில்லை. இலட்சுமணனை அழைத்து அவனுக்கு வேண்டியதைக் கொண்டுவரச் சொன்னேன். இலட்சுமணன் அவனிடம் உணவு அட்டவணையை நீட்டினான்.

"எனக்கு இதெல்லாம் ஒன்றும் தெரியாது. நீயே ஏதாவது கொண்டு வா".

இலட்சுமணன் என்னைப் பார்த்தான். நான் தலையசைத்தேன்.

அவன் முகத்தைப் பார்த்தேன். புன்னகைப்பதாகத் தெரிந்தது. வெகுகாலமாக அங்கேயே வேர்விட்டு அமர்ந்திருப்பவனைப் போல அசையாமலிருந்தான். பியர் குடிப்பதைத் தவிர ஒன்றுமே பேசவில்லை. வெகுநேரமாகி விட்டதாகவும், இரவு மறுநாளின் பகல் பொழுதையும் செரித்து நீண்டு கொண்டிருப்பதாகவும் தோன்றியது.

இலட்சுமணன் இறைச்சியை ஒரு தட்டில் கொண்டுவந்து வைத்தான். நான் கட்டணச் சீட்டைக் கொண்டுவரச் சொன்னேன். இத்தோடு அவன் முடித்துக்கொள்வான் என்று நினைத்தேன்.

"நீ இதை அலுமினிய உறையிலிட்டு எடுத்துக்கொள். நாம் போகலாம்." டெனிம் சட்டையில் சிந்திய பியரைத் துடைத்துக்கொண்டே சொன்னான். இலட்சுமணனை அழைத்து இறைச்சியை பொட்டலம் கட்டச் சொன்னேன்.

"நாம் போகலாம்". சிரமப்பட்டு எழுந்த அவன் மேல்கோட்டை இரண்டு கைகளாலும் பிடித்து உதறினான். நான் பொட்டலத்தை எடுத்துக்கொண்டேன். நாங்கள் இருவரும் வெளியே வந்தோம். அவன் என்னிடம் கையசைத்து விடுதிக்கு எதிரேயிருந்த பிரித்தானியர் கால பங்களாவின் வாசலுக்கு வரச்சொல்லி விட்டு எனக்கு முன்பே அங்கே சென்றான். இரும்புக் கிராதிகளால் ஆன வெளிப்புறக் கதவில் சாய்ந்துகொண்டு கேட்டான்:

"உண்மையில் உன் மனைவி தவறி விழுந்துதான் இறந்தாளா?".

பதில் சொல்லாமல் அவனையே பார்த்தேன். சிரித்தான்.

"இறைச்சித் துண்டுகளைத் தூக்கிப் போடு"

நான் அலுமினிய உறையிலிருந்து பிரித்து சூடாக இருந்த இறைச்சித் துண்டுகளை வெளிப்புறக் கதவுக்கு உள்ளே வீசினேன். டெனிம் கோட்டணிந்திருந்த

ஐம்பதோ அல்லது ஐநூறோ வயதான அவன் ஒரு பூனையாக மாறி வெளிப்புறக் கதவிடுக்கின் வழியாக உள்ளே நுழைந்தான். நான் இமைகொட்டாமல் அதைப் பார்த்தேன். இறைச்சித் துண்டுகளைச் சுற்றிக்கொண்டிருந்த அப்பூனை ஒரு துண்டைத் தேர்ந்தெடுத்து கடிக்கத் துவங்கியிருந்தது. பின்னே நகர்ந்து சர்ச் வீதியின் நடுவே நின்றேன். உலகு முடியுமிடத்தின் முனைக்குச் செல்லும் வீதியில் தனித்து நின்றிருக்கும் விளக்குக் கம்பங்கள் ஒவ்வொன்றும் ஓசையின்றி சிரித்தன. அவற்றின் திடீரெனப் பெருகிய ஒளியில் நான் ஏற்கனவே கரைந்திருப்பதாக உணர்ந்தேன்.

***

2. வரலாற்றுக் கனவுகளின் வரலாறும் வரலாற்றைக் கனவு காணச்செய்த வாளின் வரலாறும்

இரண்டாம் உலகப் போர்க்கால வாள் ஒன்று எங்கள் தாத்தாவிடம் வருவதற்கு முன்பாகவே பிரித்தானியர்கள் இந்த நாட்டை விட்டுப் போய்விட்டார்கள். அந்த வாள் அவருடைய கைகளில் வந்துசேர்ந்த நாளில் ஒருவேளை பிரித்தானியர்கள் இந்த நாட்டை ஆண்டிருந்தாலும் எங்கள் தாத்தா அதைக்கொண்டு விடுதலைப் போராட்டத்தில் இறங்கியிருந்திருக்க மாட்டார். அவருடைய வாழ்நாளில் ஒரு வெள்ளைக்காரனைக் கூடப் பார்த்ததில்லை என்று பின்னர் ஒருமுறை என்னிடம் சொன்னபோது அவர் வரலாற்றின் கரி எஞ்சின் இரயிலைத் தவற விட்ட ஒரு முட்டாளைப் போலத்தான் எனக்குத் தோன்றினார். பாதி வாழ்நாளை குழந்தைகளைப் பெறுவதிலும் மீதியை ஆஸ்துமாவிலும் கழித்தவர் என்றாலும் அந்த வாளை அவர் பொன் போலப் பாதுகாத்திருக்க வேண்டுமென்று நான் விரும்பினேன். அதையும் அவர் செய்திருக்கவில்லை. நைந்து போயிருந்த தோல் உறையிலிருந்து முதன்முறையாக நான் அந்த வாளை உருவிய போது அது துருவேறி, ஓய்வுபெற விரும்பும் பணித்திறனற்ற வயதான ஊழியரைப் போலிருந்தது. தலைக்கு மேலே வாளை உயர்த்திப் பார்த்தது நினைவிருக்கிறது. அப்போது அதன் முனையின் எந்த நட்சத்திரமும் மினுங்கியிருக்கவில்லை.

அந்த வாள் சிறுவனான எனக்கு அளித்த கிளர்ச்சியை, அதைக் கட்டிக்கொண்டு தூங்க அனுமதிக்காத என் தந்தையின் மீது எழுந்த கோபம் வெகுவாகக் குறைத்து, ஒரு வாளைக் கையில் வைத்திருக்கும் போதும் என்னைக்

கையாலாகாதவனைப் போல உணரச் செய்தது. நிச்சயமாக என் தந்தையின் மீது அதனைப் பிரயோகிக்க விரும்பியிருக்க மாட்டேன் என்றாலும், என் கையிலிருக்கும் வாளை ஒரு விளையாட்டுப் பொருளைப் போலக் கருதிவிட்டார் என்கிற விரக்தியோடு அன்றிரவு உறங்கினேன். பின்னர் அந்த வாள் அட்டாணியில் ஏற்றப்பட்டு என் கைக்கு எட்டாத உயரத்திற்குச் சென்றது.

எங்கள் தாத்தாவின் சித்தப்பா மகன், வீட்டை விட்டு ஓடிப்போய் இராணுவத்தில் சேர்ந்த சில மாதங்களில் இரண்டாம் உலகப்போர் துவங்கியது. ஒன்றிரண்டு கடிதங்களை அவருடைய அப்பாவிற்கு எழுதியதோடு பின்னர் என்னவானார் என்றே தெரியாமல் போய்விட்டதாம். போரெல்லாம் முடிந்து பாலக்காட்டிற்குத் திரும்பியபோது அவர் இராணுவத்திலிருந்து எடுத்துவந்த பொருட்களில் இந்த வாளும் இருந்திருக்கிறது. பொள்ளாச்சியில் இரயில் ஏறி பூலாங்கிணற்றில் இறங்கி நடந்தே எங்கள் பூர்வீக ஊருக்கு வந்து அதை ஏன் அவர் எங்கள் தாத்தாவிடம் கொடுத்தார் அல்லது அது எப்படி எங்கள் தாத்தாவிடம் வந்தது என்பதையும், சின்ன தாத்தா எங்கெல்லாம் போர் புரிந்தார், அவருடைய வீர சாகசங்கள் என்ன என்பதையும் நான் யாரிடமும் கேட்காமல் போய்விட்டதை இப்போது நினைத்தாலும், வரலாற்றைச் சந்தித்தவரின் வரலாற்றைக் கேட்காமல் கை நழுவவிட்ட உணர்வே எழுகிறது. இந்தத் தவறு தாத்தாவையும் என்னையும் சமமாக்குகிறது.

என் அப்பா ஒரு நூற்பாலையில் வேலை பார்த்தார் என்றாலும் கம்யூனிஸ்ட் தொழிற்சங்கத்தைச் சேர்ந்தவர் அல்ல. அவர் கம்யூனிசத்தினால் ஈர்க்கப்படாதிருந்தது எனக்கு ஏமாற்றமாக இருந்தது. எங்கள் சித்தப்பா ஒருவர் சிலகாலம் எங்கள் பூர்வீக ஊரில் இருந்த கம்யூனிஸ்ட்களின் விவசாயப் பிரிவு அலுவலகத்திற்குச் சென்று அங்கே நடக்கும் வகுப்புகளைக் கேட்டுத் தானும் ஒரு கம்யூனிஸ்ட் என்று சொல்லிக்கொண்டு

தாடி வளர்த்து குடும்பத்தில் சிறு கலகம் ஒன்றைச் செய்தார். பொங்கல் நாட்களில் காளை மாடுகளைக் கொண்டு நடக்கும் ஓட்டப் பந்தயம், சுற்றி நின்று மூங்கில் கழிகள் இரண்டைக் கைகளில் வைத்து ஆடுவது போன்றவற்றில் ஈடுபடாமல், ஓர் ஓரத்தில் உருமி வாசிப்பவர்களோடு சேர்ந்து உருமி வாசிப்பதும், தப்பு அடிப்பதுமாக (இதை சிறுவனாக இருந்தபோது நானே பார்த்திருக்கிறேன்) எங்கள் தாத்தாவை எரிச்சலூட்டுவார். பூவரச மரத்தின் நிழலில் சாவடியின் முன்பிருந்த மைதானத்தில் நடக்கும் இந்த ஆட்டத்தின் இசையில் நான் மயங்கி நின்றிருப்பேன். தாத்தா வந்ததும் தப்படிப்பதை நிறுத்திவிட்டு சித்தப்பா கூட்டத்தில் மறைந்து விடுவார். அவர் நக்ஸலைட்டுகளோடு சேர்ந்து முதலாளிகளை, கொடுமைகளைச் செய்யும் பண்ணையார்களைக் கொல்லப் போவதாகச் சொல்லிக்கொண்டு திரிந்திருக்கிறார். பின்னர் குடும்பத்தில் எல்லோரும் அவரை வற்புறுத்தியும், பயமுறுத்தியும் கம்யூனிசத்தையும், நக்ஸலைட்டுகளோடு சேரும் முடிவையும் கைவிடச் செய்திருக்கின்றனர். அவருடைய கனவிற்கு எங்கள் தாத்தாவின் வீட்டைத் தாண்டும் வலுவிருந்திருக்கவில்லை. அவரின் பெயரைக் கேட்டாலே அஞ்சி நடுங்கியிருக்க வேண்டிய முதலாளிகளும், பண்ணையார்களும் உயிர்பிழைத்தனர். அந்த நாட்களில் அவருடைய நண்பர்களோடு எடுத்த நிறமழிந்த ஒரு புகைப்படம் இன்றும் அவரிடம் இருக்கிறது. அதில் தாடி வளர்த்து, லுங்கி கட்டிக்கொண்டு நெஞ்சை உயர்த்தி நின்றிருப்பார். என் அப்பாவின் இளமைக்காலத்தில் அவர் எடுத்திருந்த புகைப்படங்கள் ஆயுத பூஜை விடுமுறை நாளில் நூற்பாலையிலும், உறவினர்களின் திருமணங்களிலும் எடுத்தவை.

எல்லாக் கலகக்காரர்களுக்கும் அவர்களது தந்தைகள்தான் முதல் எதிரிகள். கலகக்காரர்கள் தந்தைகளைக் கொல்லத் துணிய மாட்டார்கள் என்றாலும், அவர்களுக்கு அடிபணியாமல் இருப்பதிலிருந்தே கலகத்தைத் தொடங்குவார்கள்.

நக்ஸல்பாரி இயக்கத்தை ‘வசந்தத்தின் இடிமுழக்கம்’ என்று அழைத்திருக்கிறார்கள். கோடைக்காலங்களின் இடியோசை மேற்குத் தொடர்ச்சி மலைத்தொடர்களில் எதிரொலிப்பதை, ஓடுகளால் வேயப்பட்ட கூரையின் மீது கொட்டும் மழையின் தளர்வில்லாத ஓசையைக் கேட்டுத் தூண்டப்பட்டு, அப்போது எங்கள் தாத்தாவின் வீட்டிலிருந்து வாளை எடுத்துக்கொண்டு நக்ஸலைட்டுகளோடு சேராமல், தாடியை மழித்து உணவகம் ஒன்றை நடத்தப் போய்விட்ட எங்கள் சித்தப்பாவை அந்த வாள் ஒருபோதும் மன்னித்திருக்காது.

இந்தி எதிர்ப்புப் போராட்டத்தின் போது பொள்ளாச்சியில் பலர் சுட்டுக் கொல்லப்பட்டார்கள். எங்கள் உறவினர்கள் ஒருவர் கூட இந்தி எதிர்ப்புப் போராட்டங்களில் கலந்து கொண்டிருக்கவில்லை என்பதைக் காட்டிலும் என்னுடைய மாமா ஒருவரிடம் இதைப்பற்றிக் கேட்டபோது ‘எனக்கு சரியா விவரம் தெரியல’ என்று சொன்னது என்னை அதிகமாகத் தளரச் செய்தது. பொள்ளாச்சி ஸ்டூடியோ ஒன்றில் கார்ட்போர்ட் அட்டையினால் செய்யப்பட்ட எம்ஜிஆரின் ஆளுயரக் கட்-அவுட்டிற்கு அருகே நின்று அவர் எடுத்திருக்கும் கறுப்பு வெள்ளைப் புகைப்படம் ஒன்று அவர் வீட்டில் பல ஆண்டுகளாகத் தொங்குகிறது.

வரலாற்றைச் சந்திப்பதைத் தவற விட்ட என்னுடைய தாத்தா, அப்பா, மாமா, சித்தப்பாவையும், என்னுடைய எல்லா உறவினர்களின் வாழ்வையும் என்னால் இப்போது புரிந்துகொள்ள முடிந்தாலும், எங்கள் குடும்பத்தைப் பற்றிப் பெருமையாகச் சொல்லிக்கொள்வதற்கு ஒன்றுமில்லாமல் போனது வெகு சாதாரணமான குடும்பங்களோடு எங்களுடைய குடும்பத்தையும் சமமாக்கிவிட்டது.

திருமூர்த்தி அணையிலிருந்து ஆமை ஒன்றையும், தாத்தாவின் வீட்டிலிருந்த வாளையும் எடுத்துக்கொண்டு என் அப்பா வீட்டிற்கு வந்தபோது எனக்கு வாளைக் காட்டிலும் ஆமையின் மீதே ஆர்வமாக இருந்தது. சிறு

பாத்திரம் ஒன்றில் நீரை ஊற்றி அதில் ஆமையைப் போட்டும், வாளை நீண்ட காடாத்துணியால் சுற்றியும் எடுத்து வந்திருந்தார். ஆமையை வீட்டுக் கிணற்றில் விட்டோம். பருவமழை நாட்களில் கிணற்று நீர் கைக்கு எட்டும் அளவிற்கு ஊற்றெடுத்திருக்கும். தெளிவான நீரின் மெலிதான பச்சை நிறத்தில் என் முகத்தையும், வெளிச்சக் குவியலாக மின்னும் சூரிய ஒளியும் ஒருசேர நீரில் தளும்புவதையும் பார்த்திருப்பேன். இரண்டுமே கிணற்றின் ஆழத்திலிருந்து மேலே வந்து உலகை எட்டிப் பார்ப்பவை போலிருக்கும். பள்ளி விடுமுறை நாட்களில் எனது நண்பர்கள் அந்த ஆமையைப் பார்க்கவும், நான் ஒரு கயிற்றைக் கட்டி என் முதுகில் தொங்க விட்டிருக்கும் வாளைப் பார்க்கவும் வருவார்கள். அவர்களில் ஒருவரைக் கூட என் வாளைத் தொட அனுமதித்ததில்லை.

கிரிக்கெட் குழுவில் சேர்வதற்கு முன்பாக என்னுடைய விடுமுறை நாட்களில், அப்பா வீட்டில் இல்லாத சமயமாகப் பார்த்து, வாளை எடுத்துக்கொண்டு சிங்கள இராணுவத்தினரைக் கொல்வதற்காக தென்னை மரத்திற்கும், கிணற்றுக்கும் நடுவேயிருந்த துணிதுவைக்கும் கல்லில் ஏறுவேன். எனது வாளால் வெட்டி வீசப்பட்ட தலைகளின் எண்ணிக்கையின் அளவிற்கு ஈழப்போரில் சிங்கள இராணுவத்தினர் இறந்து போயிருந்தால், ஈழத்தின் வரலாறு வேறு ஒன்றாக இருந்திருக்கும். புலிகள் திருமூர்த்தி அணைப்பகுதியில் டிரெய்னிங் எடுத்த நாட்களில், எங்களுடைய மற்றொரு சித்தப்பா அவர்களைத் தூரத்திலிருந்து பார்த்திருப்பதாக ஈழப்போர் முடிந்த இரண்டாயிரத்து ஒன்பதாம் ஆண்டில் என்னுடைய திருமணம் நடப்பதற்கு சில நாட்களுக்கு முன்பு சொன்னார். துணி துவைக்கும் கல்லில் இருந்து இறங்கி, சிங்கள இராணுவத்தினரைக் கொன்ற பிறகும் ஆவேசம் அடங்காமல் நான் வாள் வீசும் வீச்சில் குரோட்டன்ஸ் செடியின் ஆட்டின் காதுகளைப் போலத் தொங்கும் இலைகளும், ரோஜாச் செடிகளின் காற்றில் அசையும் தலைப்பகுதியும்,

கொய்யா மரத்தின் கிளைகளும் காயமடையும். ஒரு கடலும், இலங்கையிலிருந்து பல நூறு கிலோமீட்டர்கள் தொலைவில் வசித்ததும், புலிகளோடு எப்படி இணைவதென்று தெரியாமல் போனதும் என்னை ஈழப்போரைத் தவறவிட்டவனாக்கிவிட்டது.

முதலில் யாரோ சொல்லியிருக்கிறார்கள், வீட்டில் ஆமை வளர்த்தால் குடும்பத்திற்கு ஆகாதென்று. என் அப்பா நான் எவ்வளவோ மன்றாடியும் கேட்காமல் கிணற்றில் நீர் குறைவாக இருந்த நாளில் ஒரு பித்தளை பக்கெட்டை விட்டு ஆமையைப் பிடித்து எங்கோ சென்று விட்டு வந்தார். அந்நாட்களில் கடுமையான தண்ணீர் பஞ்சம். ஊரிலிருந்த எல்லாக் கிணறுகளும் வறண்டிருந்தன. கடல் எங்கள் ஊரிலிருந்து நெடுந்தொலைவு, குளங்கள் எங்கே இருக்கின்றனவென்று எனக்குத் தெரிந்திருக்கவில்லை. ஆமை மெதுவாக ஊர்ந்து நாய்களின் வாய்களுக்கும், கொளுத்திய வெய்யிலுக்கும் தப்பி ஏதோ ஒரு நீர்நிலையை அடைந்திருக்கும். அவ்வாறு நினைப்பதே எனக்குச் சமாதானமாக இருந்தது. பிறகு யாரோ சொல்லியிருக்கிறார்கள், வீட்டில் ஒற்றைத் தென்னை மரம் இருக்கக் கூடாதென்று. என் அப்பா ஆட்களைப் பிடித்து வந்து தென்னை மரத்தையும் வெட்டினார். சிங்கள விமானப்படையிடமிருந்து தப்பிக்க நான் ஏறி ஒளிந்திருந்த தென்னை மரம். இன்னும் சில மாதங்களில் என் அப்பா வாங்கிய கடன்களுக்காக வீட்டை விற்றார்.

எங்கள் பெரியப்பா உடுமலைப்பேட்டைக்கு கிழக்கே புதிதாக உருவான குடியிருப்புப் பகுதியில் ஒரு வீட்டைக் கட்டினார். இப்போது அதை வீடு என்கிறோம். ஆனால் அதை அவர் கட்டிய நாட்களில் எங்கள் தாத்தா அதை பங்களா என்றே அழைப்பார். கத்திக் கூப்பிட்டாலும் கேட்காத தொலைவில்தான் வேறு வீடுகளும் இருந்தன. பாதுகாப்பிற்காக எங்கள் வீட்டிலிருந்த வாளை அவர் கேட்டுப்பெற்று எடுத்துச் சென்றுவிட்டார். ஆமை, வாள், செடிகள், மரங்கள், வீடு என எல்லாமும் கைவிட்டுப் போயின. அதன் பிறகு

என்னுடைய கல்வியைத் தவிர வேறு எதையும் நான் கனவு கண்டிருக்கவில்லை. அதிலும் பெரும்பாலானவை கொடுங்கனவுகள்.

*

என்னுடைய மகன் காரின் முன்னிருக்கையில் சலுவாய் ஒழுக உறங்கிக் கொண்டிருந்தான். பெங்களூரிலிருந்து நாங்கள் காரில் கிளம்பிய போது பனிமூட்டம் முன்னே செல்லும் வாகனங்களும் தெளிவாகத் தெரியாதவாறு அடர்த்தியாக இருந்தது. பனிப்பாளமாகப் பிய்த்து எடுத்து கையில் வைத்துக்கொள்ளும் அளவிற்குக் கொட்டிய பனியில் காரின் முன்விளக்குகளை ஒளிர விட்டு சூளகிரி வரையிலும் மெதுவாகவே ஓட்டினேன். சானமாவுக் காட்டின் மீது அசைந்த பனியைக் காட்டுவதற்காக என் மகனை எழுப்பினேன். நவீன் அவனது பெயர். அவன் கண்விழிக்க மறுத்தான். அவனை எழுப்ப வேண்டாமென்று எரிச்சலாகச் சொன்னான். ஒரு சனிக்கிழமை அதிகாலையில் நாங்கள் இருவரும் உடல்நிலை சரியில்லாமல் படுத்த படுக்கையாகக் கிடக்கும் எங்கள் பெரியப்பாவைப் பார்க்கச் சென்றதைக் காட்டிலும், அவர் வீட்டிலிருந்த வாளை எடுத்த வருவதுதான் எங்கள் பயணத்தின் முக்கியமான நோக்கமாக இருந்தது. அவரைப் பார்க்கச் செல்வதென்று முடிவு செய்ததும் பல ஆண்டுகள் கழித்து அந்த வாளின் நினைவு எனக்கு வந்தது. என் பதின்பருவத்தின் நினைவுச் சின்னத்தை மீண்டும் என் கைகளில் ஏந்திப் பார்க்கும் உணர்வினால் நான் அதி உற்சாகத்தோடும், எங்கும் கவனக்குறைவாகவும் நடந்து கொண்டேன். அலுவலகத்திலும் வீட்டிலும் நான் வாள் வீசிய தினங்களின் கிளர்ச்சியை என் உடலில் உணர்ந்தேன். விடுதலைப் போராட்டம், கம்யூனிசம், ஈழப்போர் என அனைத்தும் மறைந்து வரலாறாகவும், ஆமை, வீடு, கைவிட்டு நீரை அள்ளக்கூடிய அளவிற்குப் பெருகும் கிணறும் நினைவாக மாறிவிட்டன. நான் இவை எவற்றையும் தற்போது பொருட்படுத்துவதில்லை. எனது

அன்றாடத்தின் பக்கங்களில் எனது கட்டுப்பாட்டில் இல்லாதவையே அவைகளை எழுதி அழித்து மறுபடியும் எழுதிக்கொள்கின்றன. மூடுபனியிலிருந்து கார் வெளியே வந்ததும், நவீன் கண் விழித்தான். காலை உணவிற்கு அவன் முன்பே திட்டமிட்டு வைத்திருந்த உணவகத்தை அடைய இன்னும் எவ்வளவு நேரம் ஆகுமென்று கேட்டான்.

பெரியப்பாவின் வீட்டை அடையாளமே காண முடியாத அளவிற்கு அதைச் சுற்றிலும் வீடுகள் பெருகிவிட்டன. இரண்டு மூன்று முறை பெரியம்மாவின் செல்பேசிக்கு அழைத்து வழியைக் கேட்டே அவர்களது வீட்டை அடைந்தேன். கட்டிய நாட்களில் இருந்தே அமைப்பு மாறாமல் இருந்த வீட்டின் போர்டிகோவில், ஆறடி உயரத்தில், பருமனாக இருந்த எங்கள் பெரியப்பா உடல் இளைத்து, தளர்ந்து, காய்ந்த மூங்கிலைப் போல அமர்ந்திருந்தார். பெரியம்மா காஃபி போட்டுக் கொடுத்தாள், நவீனுக்குப் பால். பெரியப்பாவால் அதிகம் பேச முடியவில்லை. முகம் கறுத்திருந்தது. வலது காலில் கட்டை விரல் நீக்கப்பட்டிருந்த இடத்தில் கட்டியிருந்த வெள்ளைத் துணியில் இரத்தம் கசிந்திருந்தது. நுரையீரலும் திறன் குறைந்து சில பத்தடிகள் நடந்தாலே மூச்சிரைப்பதாகவும், கழிவறைக்குப் போகும்போது கதவைத் தாழிடாமல்தான் போகிறார் என்று பெரியம்மா சொன்னாள். சிலமுறை அவராக எழ முடியாமல், பெரியம்மா தூக்கி விடுவதாகவும் சொன்னாள். அவர்களுடைய ஒரே மகள் திருமணமாகி ஆஸ்திரேலியாவில் வசிக்கிறாள். இறப்பதற்காகக் காத்திருக்கும் ஒரு மனிதரின் முன் நவீன் அமைதியாக நாங்கள் பேசுவதைக் கேட்டுக்கொண்டிருந்தான். ரொம்பப் பொறுமையா இருக்கானே பையன், என்றாள் பெரியம்மா. எனக்கு பெரியப்பாதான் அவனைக் காட்டிலும் பொறுமையாக இருப்பதாகத் தோன்றியது. உடல் வலுவிழந்து, மூச்சிரைப்போடு ஒவ்வொரு இரவிலும் உறக்கத்தை மரண பயத்தின் அறைகளின் வழியாக நுழைந்து அடையும் ஒருவர்தான் மிகுந்த பொறுமைசாலி.

அன்றிரவு நாங்கள் என்னுடைய மாமனாரின் வீட்டில் தங்கப் போவதாக பெரியம்மாவிடம் சொன்னேன். அடுத்த நாள் அதிகாலை பெங்களூருக்குக் கிளம்புவது எங்களுடைய திட்டம். சாயங்காலத்திற்குள் பெங்களூர் சேர்ந்துவிட்டால் திங்கட் கிழமை அலுவலகத்திற்குச் செல்வதற்கும், நவீன் பள்ளிக்குச் செல்வதற்கும் சிரமமின்றி இருக்குமென்று சொன்னேன். நாங்கள் அங்கே தங்க மட்டோமென்று அவளுக்குத் தெரிந்தேயிருக்கும். யாரும் பேசாமல் இருந்த அமைதியான சமயத்தில் பெரியம்மாவிடம் அந்த வாளைப் பற்றிக் கேட்டேன். நவீனிடம் அதன் கதையைச் சொன்ன நாளில் இருந்து அதைத் தன்னோடு வைத்துக்கொள்ள வேண்டுமென்று நச்சரிப்பதாகச் சொன்னேன். பெரியப்பாவின் முகத்தில் எழுந்த சலனத்தை என்னால் புரிந்துகொள்ள முடியவில்லை. அமைதியாகக் கைகளைக் கோர்த்து அமர்ந்திருந்தார். பெரியம்மா பட்டென்று சொன்னாள்,

‘அது எங்கையோ ஸ்டோர் ரூம்ல குப்பைல கெடக்கது, உங்கப்பன் கிட்டயிருந்து அதை எடுத்துட்டு வந்த நாள்ல இருந்து ஒரு தடவை கூட அதைக் கையில தொடல உங்க பெரியப்பன். பட்டாளத்துல இருந்த உங்க சின்ன தாத்தனோட கத்திய வெச்சிருந்த பெருமையத் தவர வேற ஒரு பிரயோஜனமும் இல்ல. அது இருக்குதா, துருப்புடுச்சு பொடிப்பொடியா உதுந்து போச்சானு தெரியல. கடைசியா உங்கக்கா கல்யாணத்துக்கு வீட்டச் சுத்தம் செஞ்சப்போ பாத்தது. அத நீ எடுத்துட்டுப் போய் என்ன பண்ணுவ, ரெண்டு நாள் அதக் கொஞ்சுனதுக்கு அப்புறம் உங்க வீட்டுக் குப்பைல போட்டு வெச்சிருப்ப. உனக்கு வேணும்னா நீ தேடிப் பாரு’.

ஸ்டோர் ரூமில் நிறைந்திருந்த பொருட்களைப் பார்த்ததும் என்னால் வாளைத் தேட முடியாதென்று முடிவு செய்தேன். அறையைச் சுத்தம் செய்யவே எனக்கு ஒருநாள் ஆகியிருக்கும். நவீன் என் பின்னால் நின்றிருந்தான். மற்றொரு முறை வந்து

எடுத்துக்கொள்வதாகச் சொல்லி அவர்களிடமிருந்து விடைபெற்றோம். கரிய இறகுகளை உதிர்க்கும் ஒரு முதிய பறவை ஒன்று அவர்களுடைய வீட்டையே இருட்டடிக்கச் செய்திருந்ததாகத் தோன்றியது.

***

3. விடுமுறை தினத்தில் ஓர் அனார்கிஸ்ட்

பெண்கள் கல்லூரியொன்றில் உதவிப்பேராசியராக பணியாற்றும், கிரிக்கெட்டைக் குறித்து முனைவர் பட்ட ஆய்விலும் ஈடுபட்டுள்ளவரான, மாதத்தில் இரண்டாம் சனி மற்றும் ஞாயிற்றுக்கிழமைகளை அவருடைய காதலி வைஷ்ணவியோடு செலவிடும் பரத்குமார் இன்னும் கண் விழித்திருக்கவில்லை. நான் எழுந்து ஏறக்குறைய ஒருமணிநேரத்திற்கும் மேலாக இருந்திருக்கும். தேநீர் மட்டுமே அருந்தியிருந்தேன். இரவு முழுக்க மழை விடாமல் பெய்ததாலும், நானும் அவரும் குடித்திருந்த விஸ்கி, தாகத்தைத் தூண்டிவிட்டதாலும் நான் சரியாகத் தூங்கியிருக்கவில்லை.

"ஆல்கஹால் நுகர்வு நீரிழப்பையும், வைட்டமின் பி குறைபாட்டையும் உருவாக்கும்".

பரத்குமார் ஒவ்வொரு 'செஷனு'க்குப் பிறகும் இதைத் தவறாமல் சொல்வார். நாங்கள் குடிப்பதை செஷன் என்றே அழைப்போம். காலையில் எழுந்ததுமே முழு எலுமிச்சையைப் பிழிந்து குளிர்ந்த நீரில் கலந்து அருந்துவதோடு, காலை உணவோடு வைட்டமின் மாத்திரைகளையும் எடுத்துக்கொள்வார். சில மாதங்களாக ஒவ்வொரு செஷனுக்குப் பிறகு தூங்கி எழுந்ததும் நானும் வாய் கொப்பளித்துவிட்டு குளிர்ந்த நீர் அருந்துவதை வழக்கமாக்கிக் கொண்டேன். நாற்றமும், குடியின் துவர்ப்புமாக இருக்கும் வாய்க்குள் குளிர்ந்த நீரை ஊற்றி மெதுவாக அருந்துவேன். குடியின் களைப்போடு, குற்றவுணர்வும் குறைவதாகத் தோன்றும். ஒவ்வொரு செஷனையும் ஆர்வத்தோடு துவங்கினாலும் முடிவில் அளவற்ற களைப்பும், சோர்வுமே மிஞ்சுகிறது. ஆனால் பரத்குமார் எதையுமே அளவாகவும் கச்சிதமாகவும் செய்பவர். உணவிலிருந்து,

விஸ்கி, பியர் என எதுவானாலும் ஒருநாளும் அளவு கடந்ததில்லை. துணி துவைக்கும் எந்திரத்தில் அழுக்குத்துணிகளைப் போட்டுவிட்டு அறையின் கதவைத் திறந்து வெளியே வந்தேன். முழுக்க கருஞ் சாம்பல் நிறத்திலிருந்த வானத்தில் கருமேகங்கள் தாழக் குவிந்திருந்தன. சூரிய வெளிச்சம் குறைவாகவே இருந்தது. காற்றே இல்லாததால் வழக்கமாக இருக்கும் குளுமையும் உடலில் பரவவில்லை. கருஞ்சாம்பல் நிறமே, அறிந்துகொள்ள முடியாத சோர்வும் (ஓயாத மழைக்காலத்தில் பசியோடும், பாறைகளிலிருந்து கசியும் நீரின் ஈரக் கசகசப்போடும் குகையின் கண்களுக்குப் அப்பால் பார்வையை வெறித்திருக்கும் குகைவாசிகளின் சோர்வு), கையறுநிலையையும் அளிப்பது. மழை ஓய்ந்து சாம்பல் பூத்திருக்கும் நாட்களில் சிலமுறை எனக்குத் தற்கொலை செய்துகொள்ளும் எண்ணமும் எழுந்திருப்பதைக் கவனித்திருக்கிறேன். பலகோடிக் கண்கள், பல்லாயிரம் வருடங்களாக இந்த கருஞ் சாம்பல் நிறத்தை ஊன்றி கவனித்திருக்கும். வெறுமை நிறைந்த கண்கள் பார்த்துப் பாத்தே சாம்பல் நிறத்திற்கு ஒரு துர்க்குணம் பீடித்திருக்கிறது.

நாங்கள் வசிக்கும் அறை நான்கு தளங்கள் கொண்ட கட்டிடத்தின் மொட்டை மாடியில் இருப்பது. மூன்று தளங்கள் உயரம் வரை ஒரு செண்பக மரம் வளர்ந்திருக்கிறது. அதற்கு மேல் அதனால் வளர முடியாதா எனத் தெரியவில்லை. மாடியின் கைப்பிடிச் சுவரிலிருந்து கவனமாக இறங்கினால் மரத்தின் தலையில் கால் வைக்கலாம். மழை கழுவிய அதன் இலைகள் ஒவ்வொன்றிலும் நீரின் மின்மினுப்பு. மடிவாளாவாசிகள் வெளியே நடமாடத் துவங்கிவிட்டார்கள். கலவரத்தின் காரணமாக கடந்த இரண்டு நாட்களாக அமலில் இருந்த ஊரடங்கு உத்தரவு தளர்த்தப்பட்டதும் பழைய தெருக்களை ஒவ்வொரு கால்களும் தேய்க்கத் துவங்கி விட்டன. பரத்குமாரின் கல்லூரிக்கு மூன்றாவது நாளாகவும் விடுமுறை அளித்திருந்தார்கள். அவர் வேலைக்குச் செல்லாததால் நானும் விடுப்பு எடுத்துக்கொண்டேன்.

இன்றொரு நாள் நான் விடுப்பு எடுத்துக்கொள்வதால் நான் பணியாற்றும் வங்கியில் எதுவுமே நின்றுவிடாது. தவிர நான் அந்த வங்கியை மேலாண்மை செய்யும் ஒருவனல்ல, சாதாரண 'டெல்லர்' மட்டுமே. நாள் முழுக்கப் பணத்தை எண்ணுவதும், வாடிக்கையாளர்களிடம் சேமிப்புக் கணக்கோ, நடப்புக் கணக்கோ துவக்குவதற்காகப் பேசுவதைத் தவிர வேறு வேலைகள் இல்லை. இன்னும் சில நாட்களில் காப்பீட்டுத் திட்டங்களை டெல்லர்களும் விற்க வேண்டியிருக்கும் என்றிருக்கிறார் எனது மேலாளர். இந்த உலகில் அத்தனை பேரும் எதையாவது விற்கும் அல்லது விற்பதற்குத் திட்டமிடும் சேல்ஸ்மேன்களாகவே மாறியிருக்கிறார்கள். அரைக்கால் சட்டையும், இரவு ஆடைகளும் அணிந்த ஒன்றிரண்டு பெண்கள் சில ஆண்களோடு தெருவின் முனையிலிருக்கும் தேநீர் கடையில் நின்றிருக்கிறார்கள். சிலர் கைகளில் தேநீர் டம்ளர்களும், இன்னும் சிலர் கைகளில் சிகரெட்டும். பெண்கள் ஜீன்ஸ் அணிவதே பழைய மோஸ்தராகி விட்டது. அரைக்கால் சட்டையும், தளர்வான டி-சர்ட்டும் அணிந்த பெண்கள் ரொம்பவே சகஜமாக சமிக்ஞைகளைக் கடக்கிறார்கள், சாலையோரங்களில் நின்று பேசுகிறார்கள், வெளியூர்களிலிருந்து வரும் வயதானவர்களை வாய் பிளக்க வைக்கிறார்கள்.

"என்ன வேடிக்கை பாக்க ஆரம்பிச்சீட்டீங்களா?" பரத்குமார் கேட்டார்.

நான் பதில் ஒன்றும் சொல்லாமல் புன்னகைத்தேன். என்னருகே வந்து நின்ற அவர், உள்ளங்கைகளை வேகமாகத் தேய்த்து கண்களின் மேல் வைத்தார். நானும் அவரும் தேநீர் கடையில் நின்றிருந்தவர்களைப் பார்த்தோம். பேசுவதும், சிரிப்பதும் செல்பேசியைப் பார்ப்பதுமாக இருந்தவர்களில் ஒன்றிரண்டு பேர் இதே தெருவாசிகள் என்றாலும் எங்களுக்கு அவர்கள் பெயர் எதுவும் தெரியாது. உச்சந்தலையில் கொண்டை வைத்திருக்கும், கருகருவென முகம் முழுக்க அடர்ந்த தாடியோடு அந்தக் கூட்டத்தில்

இருக்கும் ஒருவன் முன்பொரு நாள் எங்களது கட்டிட வாசலில் அவனுடைய செல்பேசியைத் தவறவிட்டிருந்தான். அறைக்குத் திரும்பும்போது அதைக் கவனமாக நாங்கள் எடுத்து வைத்திருந்து திருப்பிக் கொடுத்தோம். அவன் பெயரும் கூட எங்களுக்குத் தெரியாது. அறிமுகம் செய்துகொள்ளத் தேவையில்லாதவர்களின் பெயரைக் கேட்பது அவர்களது வசிப்பிடத்திற்குள் அனுமதியில்லாமல் நுழைவதற்கு ஒப்பானது. கண்ணுக்குத் தெரியாத வசிப்பிடமான நமது பெயர்களில் நாமெல்லோரும் வாழ்கிறோம்.

"டீ சாப்டீங்களா?"

"சாப்டேன், உங்களுக்கும் வெச்சிருக்கேன். சூடு பண்ணிக் குடிங்க"

பரத்குமார் அறைக்குள் சென்றார். செருப்பணிந்திராத எனது பாதங்களில் ஈரக்குளுமை பரவியது. மழையில் நனைந்திருந்த மாடியில் அங்குமிங்கும் பழைய பொருட்கள் சிதறியிருந்தன. வீட்டு உரிமையாளரின் உபயோகமற்ற பழைய பொருட்கள். ஏற்கனவே சிதறியிருந்தாலும், பார்ப்பதற்கு நேற்றுப் பெய்த மழையில் சிதறியவையாகத் தோன்றின. தேநீர் கடையிலிருந்தவர்கள் கலைந்து சென்றதும், நானும் அறைக்குள் சென்றேன். நாங்கள் அறை என அழைப்பது உண்மையில் இரட்டைப் படுக்கையறைகள் கொண்ட அறுநூறு சதுர அடிகள் அளவுள்ள ஒரு வீடு. வரவேற்பறை பெரிது, படுக்கையறைகள் சிறியவை. பரத்குமார்தான் இந்த அறைக்கு முதலில் குடிவந்தவர். நான் அவருடைய அறை நண்பராகச் சேர்வதற்கு முன்பு அவருடன் பணியாற்றிய இருவர் அவரோடு தங்கியிருந்தனர். அவர்களில் ஒருவர் எங்கள் ஊர்க்காரர் (கோயமுத்தூர்). அவர்கள் அங்கிருந்து வேறு ஊர்களுக்குச் சென்றதும் என்னை அவரோடு சேர்த்துவிட்டது எங்கள் ஊர்க்காரர்தான். இரண்டு ஆண்டுகளாக ஒன்றாக வசிக்கிறோம். அறையிலிருக்கும் நாற்காலிகள், சமையலறைப்

பாத்திரங்கள், எரிவாயு இணைப்பு, துணி துவைக்கும் இயந்திரம், சிறு நூலகம் (கிரிக்கெட் வரலாற்றுப் புத்தகங்கள், வீரர்களின் சுயசரிதைகள், ஆங்கில நாவல்கள், அரசியல் புத்தகங்கள், ஊடகத் தொடர்பியல் பாடநூல்கள்), 42 இன்ச் தொலைக்காட்சி, மேஜைக் கணினி, அதனோடு பிணைந்திருக்கும் 'போஸ்' ஸ்பீக்கர்கள், குளிர்சாதனப் பெட்டி அனைத்துமே அவருடையவை. சம்பளம் குறைவுதான் என்றாலும் அவர் வசதியான வீட்டைச் சேர்ந்தவர். அவருடைய ஊர் சேலம். வாடகை பதினைந்தாயிரத்தில் நான் பாதியைத் தருகிறேன். மற்ற செலவுகளிலும்.

"இன்னைக்கு எங்கயாவது வெளியே போலாமா? மைசூர் ரோட்ல நூறு பஸ்ஸ கொளுத்திட்டாங்களாம். அதைக்கூட போய்ப் பார்க்கலாம்"

எனக்கு அறையை விட்டு வெளியே செல்லவே ஆர்வம் இல்லாமலிருந்தது. தவிர கண்ணில் நிறைந்திருந்த சாம்பல் நிறம் அறைக்குள்ளும் நுழைந்துவிட்ட உணர்வு.

"போலாம். ஆனா உங்க கார் எப்போ திரும்பி வரும்னு தெரியலையே"

பரத்குமாரின் காரை அவருடைய வேறு ஒரு நண்பர் சொந்த ஊரான மாண்டியாவில் நடக்கும் கல்யாணத்தில் கலந்துகொள்வதற்காக எடுத்துச் சென்றிருந்தார். அங்கேயும் கலவரம்தான். காவிரி நீரைப் பகிர்ந்துகொள்வது தொடர்பாக நடந்த கலவரங்களில் இரண்டாவது பெரிய கலவரமே கடந்த இரண்டு நாட்களாக நடந்தது என்கிறார்கள். உயிர்ச்சேதம் இல்லையென்றாலும் கடுமையான பொருளிழப்பு. ரப்பர் டயர்கள் எரியும் வாசனை நாங்கள் வசிக்கும் தெருவிலும் அடித்தது.

"ஆமால்ல, நான் அத மறந்துட்டேன். வைஷ்ணவியும் ஊர்ல இல்ல".

வழக்கமாக ஒவ்வொரு இரண்டாவது சனி, ஞாயிற்றுக் கிழமைகளில் நான் கோயமுத்தூர்

சென்றுவிடுவதால், வைஷ்ணவி எங்கள் அறைக்கு வந்துவிடுவாள். பரத்குமாரின் உயரத்திற்கும், உடல்வாகிற்கும் கொஞ்சமும் குறைவில்லாமல் இருப்பாள். சட்ட மேற்படிப்பு படிக்கிறாள். அவளுடைய ஆங்கிலத்திற்கு பரத்குமார் கூட ஈடு கொடுக்க முடியாது. நான் எப்போதும் அவளிடம் குறைவாகவே பேசுவேன். ஒருசில நாட்கள் இரவு உணவு அருந்துவதற்காக உணவகங்களில் சந்திப்போம். பெரும்பாலும் புடவைகளில் மட்டுமே அவளைப் பார்த்திருக்கிறேன் என்றாலும் எங்களது அறையில் சில நவீன உடைகளையும் அவள் வைத்துச் சென்றிருக்கிறாள். இரண்டு பெண்களுக்கு இடையே வயதைத் தவிர வேறெந்த வேறுபாட்டையும் என்னால் பார்க்க முடிந்ததில்லை.

முழுக்க பெண்கள் மட்டுமே சூழ இருக்கும் ஒரு கல்லூரியில் பணியாற்றுபவர் ஒரு குறிப்பிட்ட பெண்ணை மட்டும் காதலிப்பது என்னுடைய புரிதலுக்கு அப்பாற்பட்டது. என் சக ஊழியர்களாக இருக்கும் பெண்களைக் கூட நான் சரிவரப் பார்த்ததில்லை. எப்போதோ ஒருமுறை வங்கிப் பயிற்சிக்காக ஹைதராபாத் சென்றிருந்த போது நாங்கள் (சக பயிலுநர்கள்) தங்கியிருந்த அறைக்கு அருகேயிருந்த மற்றொரு அறையில் இரண்டு பெண்கள் தங்கியிருப்பதாகவும், அவர்களைச் சந்திக்க ஓயாது ஆண்கள் வருகிறார்கள் எனவும் என்னுடன் தங்கியிருந்தவன் சொன்னான். அவன் சொன்ன 'ஓயாது' என்பதே பொய்தான். பகல் முழுக்க என்னோடுதான் இருக்கிறான். பயிற்சி முடிந்து எங்காவது சுற்றிவிட்டு (சார்மினார், ஹுசேன் சாகர் ஏரி, மால்கள்) அறைக்குத் திரும்பவே பத்து மணிக்கு மேலாகி விடுகிறது.

எப்போதுதான் அவன் அருகே தங்கியிருக்கும் பெண்களைப் பார்த்தானோ? ஆனால் நாங்கள் அந்தக் கற்பனையிலேயே கிளர்ந்திருந்திருந்தோம். செயற்கை மணமூட்டிகளின் வாசனை மிதக்கும் நன்கு ஒழுங்கு செய்யப்பட்ட இரட்டைப் படுக்கையின் மீது

படுத்திருக்கும் பெண்களின் மீது மரத்துண்டாகச் சரியும் ஆண்களில் இருவராக நாங்களும் இருந்தோம். அவர்களுடைய உடல்களே ஒவ்வொரு ஆணையும் ஒவ்வொரு இலையாக உதிர்த்தன (ஒவ்வொரு ஆணும் ஒன்று போலவே உதிரும் ஓர் இலைதான்). அதுதான் பெண்கள் என்னை நெருங்கி வந்த குறைந்தபட்ச தொலைவு (ஆனால் உண்மையிலேயே பெண்கள் அங்கே தங்கியிருந்தனரா எனத் தெரியவில்லை).

"ஒன்னு செய்யலாம், என்னோட கூட வேல செஞ்ச ஒருத்தன் இருக்கான். ரொம்ப இண்ட்ரஸ்டிங்கான கேரக்டர். அவர் வீடு ஜே.பி நகர்ல இருக்கு. ஒருவேளை அவன் போன் எடுத்தா மத்தியானம் சாப்பாட்டுக்குக் கூட வரச்சொல்லலாம். சமைக்கற வேலை மிச்சம்".

பரத்குமார் செல்பேசியை எடுத்து சில முறைகள் அழைத்தார். ஏற்கப்படாத அழைப்புகளால் அவர் சலிப்பேதும் அடையவில்லை. செல்பேசியை சுழற்றிக்கொண்டே, நாம் அழைக்கும் விசயம் முக்கியமானது என்று அவர் தெரிந்துகொள்வதற்காகவே அழைப்புகளை எளிதில் ஏற்கமாட்டார் என்றார். தவிர அவரிடம் திறன்பேசி கிடையாதென்றும், பழைய மாதிரி செல்பேசியே வைத்திருக்கிறார் என்றும் சொன்னார். எனக்கு வியப்பாக இருந்தது. நான் துணி துவைக்கும் இயந்திரத்திலிருந்த பாதி உலர்ந்த துணிகளைக் காயப் போடுவதற்காக வெளியே எடுத்துச் சென்றேன். மீண்டும் மழை வந்தால் துணிகள் காயாதென்றாலும் துணிந்து கொடியில் காயப் போட்டேன். காற்றும் இல்லையென்பதால் துணிகள் காய்வதற்கு எப்படியும் ஒருநாளே ஆகிவிடும். உள்ளே நுழைந்ததும் பரத்குமார், அவருடைய நண்பர் அவரை அழைத்து இரவு உணவிற்குத் தோதாக சாயங்காலம் வரச்சொன்னதாகச் சொன்னார். நாங்கள் இருவரும் ஒரு கேரளா உணவு விடுதியைத் தேர்ந்து, தேங்காய் சேர்த்த மாட்டுக்கறி வறுவலும், மோர்க்குழம்பு ஊற்றிய மட்டை அரிசிச் சோறும் சாப்பிட்டோம். நான் இரண்டு மணிநேரம் உறங்கினேன். பரத்குமார் கணினியில் அவருடைய

ஆயுவுக்கான தகவல் திரட்டில் ஈடுப்பட்டிருந்தார். அவர் மதிய உறக்கத்தை விரும்புவதில்லை. நாங்கள் வாடகைக் காரில் கிளம்பினோம். சாம்பல் நிறம் மங்கிப்போய் இருந்திருந்தாலும் சூழலே சோர்விலிருந்து இன்னும் மீளவில்லை. வழியெங்கும் எலும்புக்கூடுகளாக இருந்த இரும்புத் தாங்கிகளில் விளம்பரப் பதாகைகள் நீக்கப்பட்டிருந்தன. நீதிமன்றம் அப்படியொரு ஆணை பிறப்பித்திருந்தது. ஒரு நகரம் தனது குடிமக்களுக்கு வளர்ச்சியை, வீட்டு வசதியை, உடல்நலத்தை, செல்வத்தை விளம்பரப் பலகைகளின் வழியாக அளிக்கிறது. தெருக்களில் பார்க்க முடியாத அழகையும், வாக்குறுதியையும், நம்பிக்கையையும் கொண்டிருக்கும் விளம்பரப் பலகைகள் இல்லாமல் நகரமே மூளியாகக் கிடந்தது.

ஓட்டுநர் திறன்பேசியில் தோன்றும் வரைபடத்தைப் பார்த்துக்கொண்டே ஓட்டினாலும், அவ்வப்போது பரத்குமாரிடம் வழி கேட்டார். நாங்கள் சிமெண்ட்டும், சுண்ணாம்பும் பூசாமல் செங்கற்கள் வெளியே தெரியும் வண்ணம் கட்டப்பட்டிருந்த ஒரு குடியிருப்பின் வெளிப்புறக் கதவை அடைந்தோம். பரத்குமார் ஓட்டுநரிடம் (அவர்களை சாஃபேர் எனும் பிரெஞ்சு சொல்லால் அழைக்கிறார்கள்) பணம் வழங்கினார். அது உயர்வர்க்கக் குடியிருப்பு என்பது பார்த்தாலே தெரிந்தது. ஒன்றுக்கொன்று சரியான அளவில் விலகியிருக்கும் ஒவ்வொரு வில்லாவும் நேர்த்தியாகக் கட்டப்பட்டிருந்தன. இந்த நகரத்தில் இவ்வளவு இடைவெளி விட்டுக் கட்டப்பட்டிருக்கும் குடியிருப்புகளைப் பார்ப்பதே அரிது. ஜே.பி நகரின் எட்டாவது முனையிலிருக்கும் இந்தக் குடியிருப்பு ஒருவகையில் நகரத்திலிருந்தே விலகியிருந்தது. மெட்ரோ இரயிலுக்கான வேலைகள் அந்தக் குடியிருப்பை ஒட்டி நடந்துகொண்டிருந்தன. மூன்றாவது வரிசையில் ஏறக்குறைய இருட்டில் மூழ்கியிருந்த வீட்டை அடைந்தோம். வாசலில் ஒரு பழைய ஃபியட் கார் எண் பலகை இல்லாமல் நின்றிருந்தது. அழைப்பு மணியை அழுத்தியதும் கதவைத் திறந்தது ஒரு பெண். அவள்

அருகே ஒரு லாப்ரடார் (அவள்தான் பின்னொரு உரையாடலில் நாயின் இனத்தைச் சொன்னாள்) நாய் நின்றிருந்தது. பரத்குமாரைப் பார்த்துப் புன்னகைத்தாள். உள்ளே வரச்சொன்னாள். நாய் குரைத்ததும் நான் கொஞ்சம் தயங்கினேன்.

எந்த நாயும் உடனே ஒருவரைக் கடித்துவிடாது. நாய் குரைப்பதே வந்திருப்பவரோடு அது செய்துகொள்ளும் ஒரு தொடர்பு. நாம்தான் அதற்குச் சொல்ல வேண்டும் வந்திருப்பவர் நண்பரா எதிரியா என்று. தவிர நாய் குரைப்பதே பயமுறுத்துவதற்காக அல்ல. அது அதனுடைய மொழி. அவள் இவ்வளவு சொல்லியும் எனக்குப் பயம் போகவில்லை. பரத்குமார் கையைப் பிடித்து உள்ளே அழைத்துச் சென்றார். நாய் அமைதியாக வாலாட்டியது. நான் அதைப் பார்ப்பதைத் தவிர்த்தேன். கதவைத் திறந்தவள் பரத்குமாரின் நண்பருடைய மனைவி. பரத்குமார் அவளுடைய பெயரைச் சொல்லவில்லை. பன்னர்கட்டா விலங்கியல் பூங்காவில் விலங்குகள் நல மருத்துவராகப் பணிபுரிகிறாள். அங்கே புலிகள், சிங்கம் போன்றவையும் உண்டு. நான் ஆர்வம் மிகுதியில் எந்த விலங்கிற்கு அவள் மருத்துவம் பார்க்கிறாள் என்று கேட்டேன்.

“யானைகள். எப்போதாவது... அரிதாகப் புலிகளுக்கும்”

“மை டியர் ஃபிரண்ட். வெல்கம் டூ மை டென்”, கைகளை அகல விரித்துக்கொண்டு அவருடைய நண்பர் உள்ளறையிலிருந்து வெளியே வந்தார். பரத்குமாரைக் கட்டிப் பிடித்து கன்னத்தில் முத்தமிட்டார். இடுப்பில் வெறும் துண்டை மட்டுமே சுற்றியிருந்த அவர் முகத்தில் நீண்டிருந்த தாடியும், “பொடனி”க்கும் கீழே தொங்கும் தலைமுடியும், அவர்கள் வசிக்கும் வீட்டிற்குத் தொடர்பில்லாமல் இருந்தது.

“ஒய் டோண்ட் யு வேர் சம் ஷர்ட்ஸ் டியர்?” அவருடைய மனைவி சொன்னாள்.

“டோண்ட் மைண்ட். தே டோண்ட் மைண்ட்

ஈவன் இஃப் ஐம் நாட் வேரிங் எனிதிங் இன் மை வெய்ஸ்ட், வில் யு?" என்னைப் பார்த்துக் கேட்டார். நான் புன்னகைத்தேன்.

பரத்குமார் என்னை அவருக்கு அறிமுகம் செய்து வைத்தார்.

"என்னோட பேர் பிரசாந்த். ஊரு மங்களூரு" என்றார் தமிழில். என்னோடு கை குலுக்கினார். கொஞ் சமாகத் தமிழ் தெரியும் என்பது அவர் பேசியதிலிருந்து தெரிந்தது. அவருடைய மனைவியை அறிமுகம் செய்து வைத்தார். அவளும் கை குலுக்கினாள். விரித்திருந்த கூந்தலின் ஒரு பகுதியை இடது தோளின் மீது போட்டிருந்தாள். அது அவள் விலாப்பகுதி வரை மறைத்திருந்தது. பொட்டில்லாத முகம் சற்றே உப்பியிருந்தது. அவளும் மத்தியானம் உறங்கியிருக்கக் கூடும். சிவந்த உதடுகள் வீங்கியதைப் போலிருந்தன. பழுப்பு நிறக் காட்டன் முழுக்கால்சட்டையும், ஊதா நிறத்தில் ஒரு சட்டையும் அணிந்திருந்தாள். பணியிலிருந்து திரும்பியிருக்கிறாளா?.

"அவளோட பேரு வசுதா".

நாங்கள் சோபாவில் அமர்ந்தோம். அவர்களுடைய நாயோடு கை குலுக்கச் சொன்னாள் வசுந்தரா. நான் தயங்கினேன். அவள் விடாமல் நாயைப் பற்றிப் பாடமெடுத்தாள். "இவன் பெயர் டைசன். இவனும் வீட்டிற்கு வந்திருப்பவர்களோடு அறிமுகம் செய்துகொள்ள விரும்புவான்". எதிர் வரிசையிலிருந்த சோபாவின் நடுப்பகுதியில் அவள் உட்கார்ந்திருந்த விதமும், நாடகீயமான உடல்மொழியும், ஆங்கிலமும் நாயை மட்டுமல்ல, புலியைக் கூட வீட்டிலே வளர்க்கக் கூடியவளைப் போன்றிருந்தாள். சோபாவில் இருந்து எழுந்து நாயின் முன்காலைப் பற்றிக் குலுக்கினேன். நாக்கை வெளியே நீட்டியிருந்த டைசனின் மூச்சுக்காற்று என்மீது பட்டது. பிரசாந்த் அவளிடம் தேநீர் போடச் சொன்னார். அவள் எழ முனைந்ததும், வேண்டாம் நாம் மதுவருந்துவோம் என்றார். நானும் பரத்குமாரும்

அவருடைய மனைவியைப் பார்த்தோம். அவள் ஒன்றும் சொல்லவில்லை. பிரசாந்த் உள்ளே சென்று ஒரு அரைக்கால் சட்டையையும், சட்டையையும் அணிந்து கொண்டு ஒரு பை கேட்டார். ஓவியங்கள், பொம்மைகள், தரைவிரிப்பு, நேர்த்தியாக அடுக்கி வைக்கப்பட்டிருந்த புத்தகங்களென வரவேற்பறை நன்கு அலங்கரிக்கப்பட்டிருந்தது. சாவிமாட்டியில் தொங்கிக்கொண்டிருந்த ஒரு துணிப்பையை எடுத்துக் கொடுத்தாள். கைப்பையைத் திறந்து பணத்தையும். இரண்டையும் பெற்றுக்கொண்ட பிரசாந்த் சமையலறைக்குள் நுழைந்து பின்கதவைத் திறந்து வெளியே போனார். அவர்களது குடியிருப்பின் சுற்றுச்சுவருக்கு அருகேயே ஒரு மதுக்கடை இருப்பதாகச் சொன்னாள் வசுதா. அவள் இல்லாத நேரத்திலும் அடிக்கடி பிரசாந்த் குடிப்பதற்கு மதுக்கடை அருகேயிருப்பது வசதியாகப் போய்விட்டதென்றாள்.

”ஹி வில் நாட் கோ எனிவேர் அதர்வைஸ். ஹி ஹாஸ் நாட் சீன் த சன்லைட் ஃபார் மெனி மன்தஸ்”.

அவள் முகத்தில் பரவிய சலிப்பைக் கவனித்தேன். சிவந்த உதடுகளைச் சுழித்தாள். பரத்குமாரைப் பார்த்து, அவருடைய முனைவர் பட்ட ஆய்வு எந்த அளவில் உள்ளதென்று கேட்டாள். இன்னும் ஆறே மாதங்களில் முடிந்துவிடுவதாகச் சொன்னார்.

மூன்று வருடங்களுக்கு முன்பு அவரும், பிரசாந்தும் ஒன்றாகத்தான் முனைவர் பட்ட ஆய்வைத் துவக்கியிருக்கிறார்கள். அவர் கிரிக்கெட்டிலும், பிரசாந்த் இலத்தீன் அமெரிக்க இலக்கியத்திலும். ஆனால் இடையில் பிரசாந்த் பணியிலிருந்து நின்றுவிட, சில மாதங்கள் அவர்கள் தொடர்பிலேயே இல்லை. அவருடைய எண் எப்போதாவதுதான் உயிர்த்திருக்கும். மின்னஞ்சல்களுக்கும் பதில் இல்லாததால் பரத்குமார் அவரோடு பேசுவதையே நிறுத்தியிருந்தார். இடையே ஒருமுறை பிரசாந்த் பரத்குமாரை அழைத்து கல்லூரி நிர்வாகம் இன்னுமே அவருக்கு விடுவிப்புச் சான்றிதழை வழங்காமல் இருப்பதாகவும், அதனைப்

பெறுவதற்கு உதவி செய்ய முடியுமா என்றும் கேட்டிருந்தார். பரத்குமார் முயற்சி செய்து அதனை வாங்கிக் கொடுத்தார் (இவை அனைத்துமே காரில் வரும்போது பரத்குமார் என்னிடம் சொன்னது). ஏன் அவர் பணியிலிருந்து விலகினார் என்று கேட்டதற்கு அவடைய பேச்சும், நடத்தையும், எதையும் மதிக்காத அவருடைய போக்கும் கல்லூரி நிர்வாகத்திற்குப் பிடிக்கவில்லை.

"ஆனா ரொம்ப பிரில்லியண்ட். ஒரு அனார்கிஸ்ட்". நான் அந்தச் சொல்லையே அப்போதுதான் முதல்முறையாகக் கேட்டேன். ஆனால் அதன் அர்த்தம் என்னவென்று கேட்டுக்கொள்ளவில்லை.

பிரசாந்த் வந்ததும் அவருடைய அறைக்குள் நுழைந்து துணைப்பையை வைத்துவிட்டு, குளிர்பதனப் பெட்டியிலிருந்த பழங்களை எடுத்து நறுக்கினார். ஏதோ ஒரு பாடலை விசிலடித்தார். நாங்கள் வந்தது அவருக்கு உற்சாகமளித்திருக்கக் கூடுமென்று நினைத்தேன். மீண்டும் குளிர்பதனப் பெட்டியைத் திறந்து முட்டைகளை எடுத்தார். என்னைக் கடந்து போகும்போது சொன்னார்:

"அஞ்சு நிமிசம்."

வசுதா எழுந்து மற்றொரு அறைக்குச் சென்றாள். நாங்கள் இருவர் மட்டுமே தனியாக இருந்தோம். ஏதும் பேசாமல் அமைதியாகக் காத்திருந்தோம். நான் வரவேற்பறையை நோட்டமிட்டேன். வேலைக்குச் செல்லும் ஒரு பெண்ணால் இவ்வளவு நேர்த்தியாக வீட்டைப் பராமரிக்க முடியுமா? வேலைக்கு ஆள் வைத்திருப்பார்கள் என யோசித்தேன். பிரசாந்த் ஒரு கண்ணாடிப் பாத்திரத்தில் பழத்துண்டுகளையும், ஒரு தட்டில் மூன்று ஆம்லெட்டுகளையும் எடுத்து வந்தார். இடது கையில் அழகான மூன்று கண்ணாடி டம்ளர்களையும்.

"ஐஸ்கட்டி வேணுமில்ல"

பரத்குமார் எழுந்து போய் குளிர்பதனப்

பெட்டியிலிருந்த ஐஸ் கட்டிகளை எடுத்து, சமையலறையிலிருந்த ஒரு கிண்ணத்தில் போட்டு எடுத்து வந்தார். பிரசாந்த் அவருடைய அறைக்குள் அழைத்தார். அறையில் எல்லாமே சிதறியிருந்தன. எனக்குக் காலையில் பார்த்த எங்கள் வீட்டு உரிமையாளரின் பழைய பொருட்கள் நினைவில் எழுந்தன. தரையிலிருந்து அடுக்கடுக்காக உயர்ந்த புத்தகங்கள் சில இடங்களில் சரிந்து தரையில் இறைந்தும், சாம்பல் தட்டு முழுக்க சிகரெட் துண்டுகள் நிறைந்திருந்தன. இரண்டு நாற்காலிகளை வரவேற்பறையிலிருந்து எடுத்து வந்தார். ஒன்றில் முதுகுவலி உள்ளவர்கள் பயன்படுத்தும் சாய்மானம் இருந்தது. அதை பரத்குமாருக்கு அளித்தார். ஒருவர் மட்டுமே உறங்கும் அளவிலான கட்டிலில் கிடந்த மடித்து வைக்கப்படாத போர்வையையும் மடிக்கணிணியையும் ஒதுக்கி வைத்துவிட்டு பிரசாந்த் அமர்ந்தார்.

ஆரம்பகட்ட உரையாடல் முழுக்க அவர்களுடைய கல்லூரியைப் பற்றியே இருந்தது. அவர்களுடன் பணியாற்றியவர்கள் இப்போது எப்படியிருக்கிறார்கள், எங்கே இருக்கிறார்கள், கல்லூரி நிர்வாகத்தின் குறைகள், கட்டுப்பாடுகள், வசதிக் குறைவுகள் எல்லாவற்றையும், கல்லூரியில் அவர்கள் ஒன்றாகப் பணியாற்றிய காலத்தில் நட்ட மரக்கன்றுகள் (ஒருநாள், அவருடைய மாணவர்களை வகுப்புகளைப் புறக்கணித்து விட்டு கல்லூரியைச் சுற்றியிருக்கும் மரங்கள், தாவரங்களின் இலை மாதிரிகளைச் சேகரிக்கச் சொன்னாராம். ஏன் அவ்வாறு செய்தார் எனக் கல்லூரி நிர்வாகத்தினர் அவரைக் கேள்வி கேட்க, இலக்கியம் இலைகளிலிருந்தே துங்குகிறது. தன்னைச் சுற்றியிருக்கும் தாவரங்கள் இன்னதுதானென்று தெரியாமல் ஒருவர் இலக்கியம் படித்து என்னதான் பலன்? என்று பதிலளித்திருக்கிறார். துரதிர்ஷடவசமாக அன்றைக்குப் பல மாணவர்களும் எதிர்வரும் குடியரசு தின அணிவகுப்பிற்கான ஒத்திகைக்குச் செல்ல வேண்டியிருந்தது) என நான் அங்கிருப்பதையே மறந்துபோய் பேசினார்கள்.

நான் புத்தகங்களைப் பார்த்தேன். ஆயிரத்திற்கும் மேலான புத்தகங்கள் இருக்கக்கூடும். அனைத்துமே ஆங்கிலத்தில் இருந்தன. ஓர் அடுக்கிலிருந்த பெயர்களை வாசித்தேன். ஆக்டோவியா பாஸ், மச்சடோ டி அஸிஸ், சில்வியானோ ஒக்கம்போ, இஸபெல் ஆலந்தே, ஹேஸே மார்டி, ரூபென் தாரியோ, ஹேஸே லெசாமா லிமா, யுவான் கார்லோஸ் ஒனெட்டி, ஜார்ஜ் அமெடோ, ஹோர்ஹே லூயி போர்ஹே, செசார் அய்ரா என உச்சரிக்கக் கடினமான பெயர்களைக் கொண்ட ஆசிரியர்களின் புத்தகங்கள். ஒன்றிரண்டு பெயர்களை நான் எங்கள் அறையிலிருக்கும் புத்தகங்களில் பார்த்திருக்கிறேன். பரத்குமார் சேகரித்து வைத்திருக்கும் தமிழ்ப் புத்தகங்களைக் கூட நான் வாசிப்பதில்லை. நிறைய வாசிப்பவர்களிடம் தலைக்கனம் இருக்கும். ஆனால் பரத்குமார் ஒருநாளும் அவருடைய கல்விச் செருக்கில் என்னோடு உரையாடியதில்லை. முனைவர் பட்ட ஆய்வு முடிந்ததும் பிரிட்டிஷ் காலத்து இந்தியக் கிரிக்கெட் கழகங்களின் வரலாற்றை எழுதுவேன் என எங்கள் செஷனின் போது சொல்வார்.

பணத்தை எண்ணுவதற்கும் மாத இறுதிநாளில் கணக்கில் வந்து விழும் பாதுகாப்பான சம்பளத்தைப் பெறுவதற்கும் நான் இலத்தீன் அமெரிக்க இலக்கியத்தையோ, கிரிக்கெட் வரலாற்றையோ கற்கத் தேவையில்லை. அறிவால் வாழ்பவர்களுக்கு மட்டுமே தொடர்ந்து கற்பது தேவையானது. புத்தகங்களைப் பார்த்து முடித்ததும், பிரசாந்த் என்னிடம் கேட்டார் (எங்கள் உரையாடல் முழுக்க ஆங்கிலத்திலேயே தொடர்ந்தது):

“நீங்கள் புத்தகங்கள் வாசிப்பதுண்டா?”

“இல்லை”

“பரத்குமாரிடமிருந்து உங்களுக்கு அந்தப் பழக்கம் தொற்றவில்லையா? அவர் ஒரு ஆழமான வாசகர். எங்கள் கல்லூரியில் பாடத்திட்டங்களை வடிவமைக்கும் குழு வரைக்கும் விரைவில் வளர்ந்து விட்டவர்.”

“நீங்கள் ஏன் வேலையிலிருந்து நின்று விட்டீர்கள்?”. கேட்டு முடித்ததும் யோசித்தேன் அந்தக் கேள்வியைக் கேட்டிருக்கக் கூடாதென்று. பரத்குமாரைப் பார்த்து ஓசையே எழுப்பாமல் மன்னிப்புக் கேட்டேன்.

“நான் இலத்தீன் அமெரிக்க இலக்கியத்தில் முனைவர் பட்டத்திற்கான ஆய்வில் ஈடுபட்டிருக்கிறேன். என்னால் கல்லூரி வேலையையும் கவனித்துக் கொண்டு, இதையும் தொடர முடியவில்லை. வேலை நாளில் கூட, என் மனைவி நோய் வாய்ப்பட்டிருக்கும் யானைகளுக்கு எவ்வாறு வைத்தியம் பார்க்கிறாள் என பார்க்கக் கிளம்பி விடுவேன். எனது மாணவர்கள் ஒருசிலரையும் அழைத்துக் கொள்வேன். ஆங்கில இலக்கியம் கற்கும் மாணவர்கள் யானைக்கு செய்யும் வைத்தியத்தை ஏன் தெரிந்துகொள்ள வேண்டுமென்று எனது கல்லூரி நிர்வாகம் கேட்கும், ‘பிவுல்ஃப்’ படிக்கும் மாணவர்கள் யானைகளையும் தெரிந்துகொள்ளட்டுமே என்பேன். தவிர ஒரு கட்டத்தில் விடைத்தாள்கள் திருத்துவது, நேரத்திற்கு கல்லூரிக்குச் செல்வது, அடையாள அட்டை அணிவது எதுவுமே பிடிக்காமல் போய்விட்டது. தவிர டென்னிஸனைக் கற்பிக்கச் சொல்லும் பாடத்திட்டத்திற்கு வெளியே நான் எம்மா கோல்ட்மேனைப் பற்றிப் பாடமெடுக்கக் கூடாதில்லையா?. கல்லூரியில் பயிலும் மாணவர்களுக்குப் போதுமான கால அவகாசமும், வசதி வாய்ப்பும், சக்தியும் இருக்கிறது. வெறுமனே இலக்கியத்தைக் கற்று என்ன செய்யப் போகிறார்கள்? அவர்கள் கல்லூரிக்கு வெளியே சென்று நிறைய விசங்களைக் கேட்கவும், பார்க்கவும், ஈடுபடவும் வேண்டும். வரிக்குதிரையின் கோடுகளுக்கும், புலிகளின் கோடுகளுக்கும் உள்ள வேறுபாட்டை அவர்கள் பார்த்துத்தானே கற்க முடியும். படித்தா கற்க முடியும்? இங்கே பாருங்கள், இந்தியாவிலிருந்து வந்த எந்த மொழி எழுத்தாளர்களையும் உதாரணத்திற்கு எடுத்துக்கொள்ளுங்கள், யாரும் கல்லூரியில் இலக்கியம் கற்று எழுத வரவில்லை. டி.எஸ்.எலியட் உங்களைப்

போல ஒரு வங்கியில் பணியாற்றிவர். காஃப்கா ஒரு இன்சூரன்ஸ் நிறுவனத்தில் பணியாற்றினார்."

டென்னிஸன், எம்மா கோல்ட்மேன், டி.எஸ்.எலியட், காஃப்கா யாரையும் நான் அறிந்திருக்கவில்லை. பிவுல்ஃபைக் கூட ஆரம்பத்தில் ஓர் எழுத்தாளரென்றே நினைத்தேன். பின்பு பரத்குமாரிடம் கேட்டறிந்தேன்.

உடை மாற்றியிருந்த வசுதா அறைவாசலில் நின்று கொஞ்சம் மெதுவாகப் பேசச் சொன்னாள், இல்லையென்றால் கதவைச் சார்த்திக்கொள்ளுமாறும். பிரசாந்த் எழுந்து அறைக்கதவைச் சார்த்தினார்.

குளிர்சாதன இயந்திரத்தை முடுக்கி விட்டார்.

"ஏ.ஸி போட்டால் புகை பிடிக்க முடியாது. நீங்கள் புகை பிடிப்பீர்களா ?"

நான் இல்லையென்றேன். பரத்குமாருக்கும் புகைப்பழக்கம் இல்லை. அறையில் குளிர் பரவத் துவங்கியதும் மேற்சட்டையைக் கழற்றினார் பிரசாந்த். ஆடைகளே அணியாமல் இருப்பதற்கே எனக்குப் பிடிக்கும் என்றார்.

"மனிதனுக்கு கொஞ்சமே போதுமானது. எதுவுமே குறைவான அளவில் கிடைத்தாலே போதும். நாம் நம்மை ஏதோ தெய்வ நிலைக்கு கற்பனை செய்து வைத்திருக்கிறோம். இந்த பூமியைக் காத்து வேறு காலத்தில் பாதுகாப்பாக மற்றொருவரின் கைகளுக்கு மாற்றித் தரும் பொறுப்பு நமக்கு இருப்பதாக நம்புகிறோம். அந்த வேறொருவரின் கைகள் கடவுளின் கைகள்தான். நம்முடைய எல்லா நடத்தைகளின் மதிப்பையும் அவர் ஒருநாள் அளவிடுவார். ஆகவே நாம் அவரது அளவுகோல்களின்படி தப்பித்துக்கொள்ளும் இடத்திற்கு நகர்ந்துவிட வேண்டுமென விரும்புகிறோம். நம்முடைய எல்லா நிறுவனங்களும் மனிதனுக்கு அவனது தகுதிக்கு மீறிய இடத்தை அளித்திருக்கின்றன. அதே சமயம் எல்லா நிறுவனங்களும் மனிதர்களுக்கு மேலே வளர்ந்துவிட்டன. அரசே இல்லாத ஒரு

காலத்தை நாம் கற்பனை செய்ய முடியுமா? மிகெல் பக்தினுக்கும், மார்க்ஸிற்கும் ஏன் இயேசுவிற்கும் கூட அப்படியொரு கற்பனை இருந்திருக்கிறது. இயந்திரங்கள் மனிதனை அரசிடமிருந்து விடுவிக்கும் என்று மார்க்ஸ் நம்பினார். அரசிடமிருந்து பெறும் விடுதலையே மனிதனின் உண்மையான ஆத்மீகத்திற்கான துவக்கம். மனிதர்களை ஆக்ரமித்திருக்கும் எல்லாமே அவனுடைய விடுதலைக்கான தடைக்கற்கள். விடுதலை என்பதே உச்சநிலை அல்ல, அது ஒரு துவக்கம். இதுவரையிலும் விடுதலையென்பது என்னவென்றே அறிந்திராத மனிதன் விடுதலைக்குப் பின்பு என்னவாக ஆவோம் என அஞ்சத் தேவையில்லை. நாம் எவ்வாறு நமது எதிர்காலத்தைக் கணிக்க முடிவதில்லையோ, அப்படித்தான் ஒட்டுமொத்த மானுடமும். அதன் எதிர்காலத்தை ஒரு சிறு சம்பவம், ஒரு கொலை, ஒரு கிருமி என ஏதாவது ஒன்று புரட்டிப் போடும். நமது அடிமைத்தனங்களிலேயே மோசமானது மதுவோ, புகைப்பழக்கமோ, சூதாட்டமோ, விபச்சாரமோ அல்ல, அரசிடம் அடிமையாக இருப்பதுதான். என்னிடம் பாருங்கள் ஓட்டுநர் உரிமம் கூட இல்லை. எனது பெயரில் குடும்ப அட்டை, வண்டி, வாக்காளர் அடையாள அட்டை என எதுவுமே இல்லை. எனது காருக்கு எண் பலகையும் இல்லை. போலீஸ்காரர்கள் பிடித்தால் நான் ஏதாவது காரணம் சொல்லித் தப்பிப்பேன். முடியாத பட்சத்தில் எனது மனைவி காசைக் கொடுத்து சமாளிப்பாள். அரசும் மக்களும் பணத்தை நேசிக்கக் கற்பிக்கப்பட்டிருக்கிறார்கள். பணத்தை ஒழித்துவிட்டால் என்னவாகுமென்ற கற்பனை யாருக்கும் எழவில்லை. அதை முயன்று பார்க்கும் ஒரு அமைப்பும் நம்மிடமில்லை. பொருட்களுக்கு பரிவர்த்தனை மதிப்பும், பயன் மதிப்பும் இருக்கிறது. கூடவே அதன்மீது மனிதர்கள் வைத்திருக்கும் உணர்ச்சி மதிப்பும். இந்த மூன்று மதிப்பையும் நீக்கிவிட்டால் நாம் பொருட்களிடமிருந்து விடுதலை பெற்று விடுவோம். அப்படித்தான் ஒரு காலத்தில் இருந்தோம். மீண்டும் அந்த நிலைக்குத்

திரும்ப அஞ்சுகிறோம். வரலாற்றை மூலதனமாகக் கொண்டு எழுந்த நமது நிறுவனங்கள் வரலாற்றுக் காலத்திற்கு முந்தைய நிலைமையை இருண்ட காலமாகக் கட்டமைக்கின்றன. ஏதுமறியாத காலத்தை பின்தங்கிப் போனவர்களின் காலமாகவும். வரலாற்றில் உணமையிலேயே முன்னேறிய மனிதன் என்ற ஒருவன் நிரந்தரமாக இருப்பானா? இந்த முன்னேற்றமே இரண்டு பொருட்களை ஒப்பிடுவதின் மூலமாகக் கிடைப்பது. எனது முப்பாட்டானார் ஒரு பத்து கிலோமீட்டர்களைக் கால்களால் கடப்பதற்கு எடுத்துக்கொண்ட நேரத்தை நான் எனது காரில் கடப்பதற்கு எடுத்துக்கொள்ளும் நேரத்தோடு ஒப்பிட்டு நாம் முன்னேறிவிட்டதாகக் கற்பனை செய்துகொள்கிறோம். பாம்புக்கடிக்கு மனிதர்கள் இறந்து போவதை ஒழித்தோம். ஆனால் இன்று அன்றாடம் சாலை விபத்துக்களில் அதைவிட மோசமாக நாம் மரணிக்கிறோம். எனது முப்பாட்டனார் நான்கு சக்கரங்கள் உள்ள ஒரு வாகனம் மோதி வருடத்திற்கு பல்லாயிரம் பேர் இறப்பார்கள் என்று கற்பனையில் கூட யோசித்திருக்க மாட்டார். நமது முன்னேற்றக் கற்பனை காலத்திற்கே ஒரு நோக்கத்தைக் கற்பித்திருக்கிறது. நமக்கு சேவை செய்யாத எதுவுமே நீடித்திருக்கப் போவதில்லை. மனிதர்களுக்காகவே அனைத்தும் படைக்கப்பட்டன எனச் சொல்லும் மதங்களும், கடவுள் நிலையை அடையவே மனிதன் படைக்கப்பட்டான் எனச் சொல்லும் மதங்களும் உண்டு. கடவுளுக்கு ஒரே வழிதான் உண்டு. அது மனிதர்களைக் காப்பாற்றுவது. மனிதர்களைக் காப்பாற்றுவதின் மூலமாகத்தான் கடவுள் தன்னையே காத்துக்கொள்ள முடியும். கடவுள் மனிதனின் மெய்க்காப்பாளன், அரசு மனிதனின் வாயிற்காப்பாளன். ஆனால் உண்மையில் மனிதன் அரசின், கடவுளின் அடிமை. எல்லா ஜனநாயக அரசுகளும் மனிதனை எஜமான ஸ்தானத்தில் வைத்திருப்பதாக நடிக்கின்றன. உண்மையில் இதுவரையிலும் ஜனநாயகம் என்பதை நாம் கற்றிருக்கவேயில்லை. இவையெல்லாமே மனிதர்களின்

தற்காலிக அரசியல் நிலைமைகளே. வரலாற்றை அழிப்பதற்கு ஒன்றுக்கொன்று போட்டி போடும் நிறுவனங்களின் முனைப்பே மனிதர்களின் அரசியல் நிலை. நாமெல்லோரும் நமது முந்தைய நிலையை அழிப்பதின் மூலமாக எதிர்காலத்தை அடைந்து விடுவதாக நினைக்கிறோம். ஒன்றின் அழிவிலிருந்தே எதிர்காலம் பிறக்கிறது. எனில் எதிர்காலத்தின் கால்களுக்கு கீழே பல மயானங்கள் அரைபடுகின்றன. அனார்கிஸ்ட்டுகள் எதிர்காலத்தைப் போதிப்பவர்கள் அல்ல. அவர்கள் நமது தயக்கங்களை உடைக்கிறார்கள். நமது தயக்கங்கள் அனைத்துமே நமது நிறுவனங்களின் சட்ட திட்டங்களால் உருவானவை. அவை எதுவுமே மனித இயல்பினால் உருவானவை அல்ல. உண்மையில் மனித இயல்பென்ற ஒன்றே இல்லை."

பிரசாந்த் தொடர்ந்து பேசுவதற்கு முனைந்தார். பரத்குமார் போதும் என்று சைகை காட்டினார். என்னைச் சுட்டிக் காட்டி, நமது புது நண்பரை பயமுறுத்தாதே என்றார். அவர் பேசுவதைக் கண்கொட்டாமல் கேட்டுக்கொண்டிருந்தேன். என்னிடம் யாருமே இப்படிப் பேசியதில்லை. பிரசாந்த் மூவருக்கும் விஸ்கியை ஊற்றினார். ஐஸ் கட்டிகளைப் போட்டார். இரண்டாவது நாளாக விஸ்கி குடிக்கிறோம் என்று யோசித்தேன். அறையில் மட்டுமல்ல எனது உடலிலிருந்தே விஸ்கியின் வாடை வெளியேறுவதாக நினைத்தேன். அறையும், புத்தகங்களும், நாங்களும் விஸ்கியின் வாசனையில் ஐஸ் கட்டிகளாக மூழ்கியிருந்தோம். பிரசாந்த் தொடர்ந்து ஏதேதோ பேசினார். கிரிக்கெட், சூழலியல் மாற்றம், வைஷ்ணவி என்று அவர்களது பேச்சு நீண்டது.

"தமிழில் யாராவது இலத்தீன் இலக்கியங்களை மொழிபெயர்த்திருக்கிறார்களா?', பரத்குமாரிடம் கேட்டார். "இங்கே கன்னடத்தில் ஒன்றிரண்டு புத்தகங்கள் வந்திருக்கின்றன".

"என்ன இப்படிக் கேட்டு விட்டீர்கள். போர்ஹேஸையும், மார்க்வேஸையும் தமிழ் எழுத்தாளர்களின் இடத்திலேயே வைத்திருக்கிறார்கள்.

தமிழ் எழுத்தாளர்களைப் படித்து இலக்கியத்திற்குள் வருகிறார்களோ இல்லையோ, இவர்கள் இருவரையும் வாசித்தே இலக்கியத்திற்குள் நுழைய வேண்டுமென்ற இடத்தில் வைத்திருக்கிறார்கள். கடவுச்சீட்டைப் போல."

"இலத்தீன் அமெரிக்க இலக்கியம் இன்னுமே ஆழமானது. இவர்கள் எல்லோரும் மேல்மட்டத்தில் இருப்பவர்கள். இவர்களைப் போல குறைந்தது நூறு எழுத்தாளர்கள் இருப்பார்கள். நான் அவர்களைப் பற்றியே ஆய்வு செய்கிறேன். உண்மையில் பிரெஞ்சுப் புரட்சிக்கும் முன்பே ஹைதி புரட்சி நடந்திருக்கிறது. நெப்போலியன் வாட்டர் லூவில் மட்டுமே தோற்கவில்லை. அதற்கு முன்பே ஸ்பானிய தளபதியால் தோற்கடிக்கப்பட்டிருக்கிறான்."

"சரிதான். உன்னுடைய பண்ணை வீட்டிற்கு எப்போது போனாய்?".

அறைக்குத் திரும்பும்போது பரத்குமார் என்னிடம் சொன்னார், ஓசூருக்குப் பக்கத்திலிருக்கும் தளியில் பிரசாந்திற்கும், வசுதாவிற்கும் சொந்தமான ஒரு பண்ணை வீடு இருப்பதாக. அவர்களுடைய கல்யாணத்திற்கு அன்பளிப்பாக அவனுடைய மாமனார் ஜே.பி. நகர் வில்லாவையும், அவனுடைய அப்பா, தளியில் இருக்கும் பண்ணை வீட்டையும் அளித்திருந்தனர்.

"நானும் வசுதாவும் ஒரு மாதத்திற்கு முன்பு சென்றிருந்தோம். புலிகளுக்கு மாட்டுக்கறியை நிறுத்திவிட்டு பிராய்லர் கோழிகளைப் போட்டார்கள். எடை குறைந்து பலவீனமாக ஒன்றிரண்டு புலிகள் மரணமடைந்திருக்கின்றன. இவள்தான் வைத்தியம் பார்த்தாள். இந்த முட்டாள்தனத்தை சொல்லிச் சொல்லி புலம்பிக் கொண்டிருந்தாள். கொஞ்சம் ஓய்வாக உணர்வாள் என்று நானும் அவளும் பண்ணை வீட்டில் இரண்டு நாட்கள் தங்கிவிட்டு வந்தோம். தளியில் எப்போதுமே குளிர்தான். ஏரியில் நீர் நிறைந்திருந்தால் குளிர் இன்னுமே அதிகமாக இருக்கும். என்ன இப்போதெல்லாம் மலைகளைப்

பிளக்கும் வேட்டுகளின் ஒலி அடிக்கடி தொந்தரவு செய்கிறது.”

வரவேற்பறையில் வசுதா செல்பேசியில் யாரிடமோ கத்துவது பிரசாந்த்தின் பேச்சையும் மீறிக் கேட்டது. அவர் அமைதியானார். வாயில் சுட்டு விரலை வைத்து எங்களையும் அமைதியாக இருக்க சைகை காட்டினார். வசுதா பேசி ஓய்ந்ததும் பிரசாந்த் எழுந்து சென்று கதவைத் திறந்தார். கதவைச் சார்த்திவிட்டு வசுதாவிடம் ஏதோ கேட்க, அவள் அவரிடம் கோபமாக துளு மொழியில் ஏதோ சொன்னாள். நாங்கள் ஒருவரையொருவர் பார்த்தோம். பரத்குமார் கைக்கடிகாரத்தைத் தொட்டுக் காட்டினார். நான் மூடியிருந்த கதவின் முதுகைப் பார்த்தேன். அறைக்கு வெளியே வசுதாவும், பிரசாந்தும் சைகைகளால் சண்டையிட்டுக் கொள்வார்களென்று கற்பனை செய்தேன். விஸ்கியின் நெடியே வசுதாவை கோபமூட்டியிருக்கும். அவளை எளிதில் சமாதானம் அடையக் கூடியவளாக ஊகிக்க முடியவில்லை. கோபம் அதிகமானால் தரையிலிருந்து பிரசாந்தின் மீது தாவி அவருடைய “கொரவளையை”க் கடித்து விடுவாள். கழுத்திலிருந்து வழியும் இரத்தத்தைக் கைகளில் பிடித்தவாறே பிரசாந்த் கதவைத் திறந்து வருவார்.

பிரசாந்த கதவைத் திறந்து வந்தார். அவளால் இரவு உணவைச் சமைக்க முடியாதென்றார். நாங்கள் உணவகத்தில் உணவருந்தலாம் என்றோம்.

“நீயும் வருகிறாயா? எல்லோரும் ஒன்றாகச் செல்வோம்?”

வசுதா அமைதியாக பதிலளித்திருக்க வேண்டும். எங்களைப் பார்த்துச் சொன்னார்,

“அவள் வரவில்லை”.

அதற்கு மேலும் அங்கிருப்பதும், அவரோடு உரையாடுவதும், மீதமிருக்கும் விஸ்கியை குடித்து முடிப்பதும் சரியானதாக இருக்காதென்று எங்கள் இருவருக்குமே தோன்ற, நாங்கள் அவரிடம் விடைபெறுவதாகச் சொன்னோம்.

“இன்னொரு முறை பார்க்கலாம். என்னுடைய ஆய்வு முடியட்டும். விரைவாக முடிந்துவிடும் (அவர் இன்னும் ஆய்வுக்கான வேலையையே துவங்கியிருக்கவில்லை என பரத்குமார் சொன்னார்). அதன் பிறகு சந்திப்போம். நமது பண்ணை வீட்டில் ஒரு விருந்து ஏற்பாடு செய்யலாம். அங்கே நாங்கள் முயல் கூட வளர்க்கிறோம். நண்பரே!.. (என்னைப் பார்த்து) நான் உங்களை சலிப்படையச் செய்திருந்தால் மன்னியுங்கள். நாங்கள் இப்படித்தான் நேரம் போவதே தெரியாமல் பேசுவோம். உலகத்தை அவ்வளவு எளிதாகப் பேசித் தீர்த்துவிட முடியுமா? இன்னும் காலமிருக்கிறது”.

நாங்கள் எழுந்து வரவேற்பறைக்கு வந்தோம், வசுதாவின் கால்களை ஒட்டி டைசன் நின்றிருந்தது. பிரசாந்த் குளிர்பதனப் பெட்டியைத் திறந்து குளிர்ந்த நீர் பாட்டிலைத் தேடினார்.

“டிட் யு நாட் ஃபில் த பாட்டில்ஸ்?”, வசுதாவைப் பார்த்துக் கேட்டார்.

அவள் அமைதியாக நின்றாள். டைசன் என்னை மட்டுமே பார்ப்பதைப் போலிருந்தது. பரத்குமார் பிரசாந்தை ஒருமுறை அணைத்து கை குலுக்கினார்.

“நீங்களும் கை குலுக்கலாமே”, வசுதா என்னைப் பார்த்து சொன்னாள்.

நான் டைசனை நெருங்கினேன்.

“இல்லையில்லை இந்த முறை எனது கணவருக்கு”.

மீண்டும் வாடகைக் காரில் அறைக்குத் திரும்பினோம். பதாகைகள் நீக்கப்பட்ட விளம்பரப் பலகைகளை இம்முறையும் வேடிக்கைப் பார்த்தேன் (இடையிடையே பரத்குமார் பேசுவதையும் கேட்டேன்). இரும்புக் கிராதிகளின் இடைவெளிகளில் துண்டு துண்டாகத் தெரிந்த இரவைக் கவனித்தேன். கருஞ் சாம்பல் நிறம் கலைந்திருந்தது. மழையும் இல்லை.

***

4. சீமுர்க்

வருமானவரித் துறையிலிருந்து மின்னஞ்சலில் ஒரு நோட்டீஸ் வந்திருந்த நாளில் பெப்டிக் அல்சரால் நான் பாதிக்கப்பட்டிருந்தேன். அதிகப்படியான தொகையை ரீஃபண்டாகக் கோரியிருப்பதை சரிபார்க்கச் சொல்ல வந்த நோட்டீஸ். இவை இரண்டும் போதாதென்று, பதிமூன்றாம் நூற்றாண்டு ஈராக்கைச் சேர்ந்த, மதரஸாவில் அரிஸ்டாட்டிலைப் போதிப்பவரும், மஜ்லிசில் வழக்குகளைத் தீர்த்து வைப்பவருமான கஸ்வினி ஓராண்டுக்கும் மேலாக அனுபவித்து வந்த 'எழுத்தாளர்களின் முடக்கத்'திலிருந்து அவரை விடுவிக்கும் பொறுப்பையும் எனக்கு நானே ஏற்றிருந்தேன்.

நான் என் நண்பர்களைப் போல அல்ல. கல்லூரியில் சேரும் வயதை எட்டிய மகன்களின், மகள்களின் தந்தைகளாகவும், ஒவ்வொரு சந்திப்பின் போதும் நிலம், பரஸ்பர நிதி, தங்கம், பங்குச்சந்தையில் எவ்வளவு முதலீடுகள் செய்திருக்கிறார்கள் என்பதை விவாதிப்பவர்களாகவும் அவர்கள் இருந்தார்கள். என் நண்பர்களின் மனைவிகளைச் சந்திப்பதை நான் முற்றிலும் தவிர்த்தே வந்தேன். அவர்களது அலுவலகங்களில் உடன் பணிபுரியும் விவாகரத்துப் பெற்ற பெண்களின் விவரங்களைச் சொல்லி திருமணத்திற்குப் பேசலாமா எனக் கேட்பார்கள். திருமணத்தைத் தவிர்ப்பதற்கு எனக்குப் பெரிய காரணங்கள் ஏதுமில்லை. வாழ்வைக் குறித்த எனது பார்வைகளே போதுமானவையாக இருந்தன.

பதினேழாம் நூற்றாண்டு மெய்யியலாளரான தியோடர் ராவுல் ஹஸ்க்கின் முக்கியமான கூற்று ஒன்றை திருமணத்தைப் பற்றி என்னுடைய நண்பர்கள் பேசும்போது நினைத்துக்கொள்வேன்.

'பரிநிர்வாணத்தை அடைந்தவர்களாலும் கூட வாழ்வின் சலிப்பிலிருந்து தப்ப முடியாது. அவர்களுக்கே இந்த நிலை என்றால் குடும்பம் நடத்துகின்றவர்களின் நிலையைத் தனியாகச் சொல்ல வேண்டியதில்லை.

இப்போது கஸ்வீனீயின் கதைக்கு வருவோம்.

மத்திய காலத்தில் ஓர் இரவில் கஸ்வீனீ நட்சத்திரங்களுக்குக் கீழே நின்றிருந்தார். முன்பைப் போல அவை அவருக்கு வியப்பளிப்பவையாக இல்லை. தெரு விளக்குகளில் எண்ணையை ஊற்றி பந்தத்தால் நெருப்பு வைத்துப் போகிறான் வசிட் நகரத்தின் விளக்கேற்றி. இந்த நகரத்தில் எல்லோரும் அவரை கரீப் (அந்நியர்) என்றே கருதுகிறார்கள். அவர் அங்கேயே பிறந்து வளர்ந்தவர் அல்ல. அவரது ஊர் ஈரானிலிருக்கும் கஸ்வின். செங்கிஸ்கானின் படைகள் நாற்பதாயிரம் பேரைக் கொன்று அந்நகரைக் கைப்பற்றுவதற்கு முன்பே அவர் அங்கிருந்து வெளியேறியிருந்தார். முய்ன் அல்-தின் ஹசன்வாய்ஹ் அவர்களிடம் கல்வி கற்றுப் பெற்ற இஜாசா (கல்வி கற்பிக்கும் அனுமதி) கையில் இருந்தது.

முய்ன் அல்-தின்னைப் பற்றி ஒன்றைச் சொல்கிறேன். பல்வேறு விதமான கட்டுப்பாடுகளின் வழியாக உடலின் தேவையை ஒடுக்கியவர் மட்டுமல்ல அவரால் ஜின்னுகளோடு நேரடியாகப் பேச முடியும்.

கஸ்வினியின் காலத்தைப் புரிந்துகொள்ள மேலும் ஒன்றைச் சொல்கிறேன். காஷ்மீரின் உயர்ந்த மலைகளில் ஜின்னுகளை வாங்கும் விற்கும் சந்தை ஒன்று இருப்பதாகவும், அங்கே சென்றால் பேரம் பேசும் குரல்களை மட்டுமே கேட்க முடியுமே அல்லாமல் யாரையும் பார்க்க முடியாது என்பதை நம்பியவர்கள். யானைகளைச் சுமந்து செல்லும் பறவைகளும், பெண்களை கர்ப்பமடையச் செய்யும் சீனக்கற்களும், தரைதட்டி நிற்கும் கப்பலில் இருப்பவர்களை சிறை பிடித்துச் செல்லும் நாய்த்தலையும் மனித உடலும் உடையவர்கள் வசிக்கும் தீவுகளும்

இருப்பதாகவும் சொல்லப்படுவதை நம்மைப் போல மறுக்க மாட்டார்கள். இவை போன்ற எல்லாவற்றையும் நாம் திரைப்படங்களில், நாடகத் தொடர்களில் பார்த்து விடுகிறோம். ஆக்ஸ்போர்ட் பல்கலைக்கழகத்தின் ஆங்கில அகராதியில் 'ஃபான்டஸி' எனும் சொல்லிற்கான பொருளை ஒருமுறை வாசித்து விடுங்கள். இது போன்ற கற்பனைகளை நாம் நம்பிக்கையிலிருந்து சற்றே இடம் மாற்றி திரைகளில் வைத்திருக்கிறோம்.

மாடியில் நின்றிருந்த கஸ்வீனீ தூரத்தில் டைக்ரிஸ் ஆற்றில் விளக்குகள் ஏற்றி நகரும் படகுகளைப் பார்த்தார். விளக்குகள் மட்டுமே நகர்ந்தன. படகுகள் கண்ணுக்குத் தெரியவில்லை. ஆனால் அவருக்கு நன்றாகத் தெரியும் அவை படகுகளில் ஒளிரும் விளக்குகள் என்று.

மாலை நேரங்களில் அடிவானத்தின் பொய்யான எல்லைக் கோடுகளைக் கண்டு நிற்பது, குளியல் அறையில் நீர்த்தொட்டியில் தன் முகம் கண்டு நிற்பது, உடை அணியும் முன் கண்ணாடியில் மார்பில் நரைத்திருக்கும் முடியில் விரல்களை ஓட்டிப் பார்ப்பது, வழக்குகளைத் தீர்த்துவிட்டு வீடு திரும்பும் போது எதிரே வரும் நபர்கள் வைக்கும் சலாமிற்கு பதில் சொல்லாமல் வருவதென்று அவரிடம் இல்லாத வழக்கங்கள் புதிதாகச் சேர்ந்திருந்தன.

எப்போதிலிருந்து அவருக்கு இந்த விநோத வழக்கம் வந்ததென்று சொல்கிறேன். ஒருநாள் தாடிக்கு சாயம் பூசும் பணியாள் ஹிந்துஸ்தானத்திலிருந்து தருவிக்கப்படும் அவுரியோடு வேறு சில தாவரங்களின் இலைகளைச் சேர்த்து அரைத்த சாந்தை ஒரு கிண்ணத்தில் ஏந்தியிருந்தான். கஸ்வினியின் கையில் இஸ் அல்-தின் பின் அல்-அதீரால் தொகுக்கப்பட்ட மங்கோலியப் படையெடுப்பில் இறந்தவர்களுடைய விவரங்களின் தொகுப்பேடு இருந்தது. பணியாள் சாந்தைக் குழைக்கும் வரை அதைத்தான் அவர் புரட்டிக்கொண்டிருந்தார்.

மொசூலில் இருக்கும் அல்-அதீரின் மாளிகையில்தான் அவர் அப்படியொரு பதிவேட்டை முதன்முதலாகப் பார்த்தார். லாகூர், சாமர்கண்ட், மெர்வ், நிஷாபூர், மொசூல், பாக்தாத், விளாதிமிர் என மங்கோலியர்கள் சூறையாடாத நகரங்கள் இஸ்லாமிய நிலத்திலும் அதற்கு அப்பாலும் இல்லை என்று சொல்லுமளவிற்கு பருவ காலம் விடைபெறுவதைப் போல அவர்களது வெற்றி தடுக்கப்பட முடியாததாக இருந்தது.

மொசூலும், பாக்தாத்தும் உங்களுக்கு நினைவிருக்கலாம். ஜார்ஜ் புஷ்சின் அமெரிக்கப் படைகளால் மங்கோலியப் படையெடுப்பிற்கு ஏறக்குறைய எட்டு நூற்றாண்டுகள் கழித்து ஆக்கிரமிக்கப்பட்டவை. ஆனால் மங்கோலியப் படைகள் போல அமெரிக்கப் படைகள் பெண்களை வன்புணர்வு செய்வதில் ஈடுபடவில்லை. அது ஒன்றுதான் பெரிய வேறுபாடு.

போரைப் பற்றி அதுவும் இப்போது இரஷ்யாவும், யுக்ரைனும் போரிடும் சமயத்தில் ஒன்றைச் சொல்கிறேன், வரலாறு முழுக்க ஆண்களுக்கு போர் வாளின் வடிவத்தில் அல்லது துப்பாக்கியின் வடிவத்தில் தெரிந்தால், பெண்களுக்கு அது அன்றும் இன்றும் ஆண்குறிகளின் வடிவத்தில் மட்டுமே தெரியும். பாக்தாத்தின் தெருக்களில் வெட்டி வீழ்த்தப்பட்ட உடல்களின் நடுவே, பெண்கள் மங்கோலியர்களால் வன்புணர்வு செய்யப்பட்டனர். அவர்கள் கதறுவதைக் கேட்டு மங்கோலியக் குதிரைகளின் குறிகளும் விறைத்திருக்குமென்று நினைக்கிறேன். இன்பமும் சித்ரவதையும் இணைவதைப் பற்றி என்னால் அதிகமாக விளக்க முடியாததின் காரணத்தை நீங்கள் இக்கதையின் இரண்டாம் பத்தியை கவனமாக வாசித்தவராக இருந்தால் எளிதாக யூகிக்கலாம்.

மையைப் பூசுவதற்கு முன்பு பணியாள் சொன்னான், ‘ஐயா, அந்தப் புத்தகத்தை அப்பாலே வையுங்கள். மை அதன்மீது கொட்டிவிடப் போகிறது. இல்லை என்றால்

பின்னொரு நாளில் இந்தப் புத்தகத்தைப் புரட்டும் போது கரும்புள்ளிகள் எப்படி தோன்றினவென்று இரவு முழுக்க நீங்கள் யோசிப்பீர்கள்'.

'எதன் மீதும் நம்முடைய தொடர்பு முதலில் அதன் பெயரில் இருந்துதான் தொடங்குகிறது இல்லையா ?'

'இல்லை ஐயா, மன்னிக்கவும் நாம் என்னவென்றே தெரியாமல்தான் சரியான இடத்தைக் கண்டுபிடித்து முலைப்பாலை அருந்தினோம். அப்போது நாம் பெயரற்றவர்களாகவும், நாம் அருந்துவதின் பெயரையும் அறியாதவர்களாகவே இருந்தோம்'.

மை காயும் வரை அவன் சொன்னதை யோசித்தார் கஸ்வீனீ. அவுரியை நாம் அல்-நிலியு என்கிறோம், சமஸ்கிருதத்தில் நீலி என்று சொல்கிறார்கள். இன்னும் அவருக்குத் தெரியாத மொழியில் எத்தனை பெயர்களால் அது அழைக்கப்படும் என்றும் யோசித்தார். குளியல் தொட்டியில் அமிழ்ந்திருந்த போது ஒரு பதிவேட்டில் வெறும் பெயர்களாக எஞ்சியிருப்பவர்களின் பரிதாபமான வாழ்வை நினைத்தார்.

கல்விமானும் வழக்குத் தீர்ப்பவருமான கஸ்வீனீயைக் காட்டிலும் பணியாள் சரியாகச் சிந்திப்பதாக நீங்கள் கருதிவிடக் கூடாது. கஸ்வினிலிருந்து இடம்பெயர்ந்த பிறகு, மொசூலில் அவர் கல்வியைத் தொடர்ந்த காலகட்டத்தைப் பற்றிச் சொன்னால் நீங்கள் அவரைக் குறைவாக மதிப்பிட மாட்டீர்கள்.

பாக்தாத்தின் புகழ்பெற்ற நிசாமியா மதரஸாவில் போதித்தவரான கமால் அல்-தீன் குரானிலும், ஹதீத்திலும் தேர்ந்தவர் மட்டுமல்ல, தர்க்கம், இயற்பியல், மீஇயற்பியல், யூக்ளிடின் ஜியோமிதி, தாலமியின் வானியல், அரபு இலக்கணம், கவிதை, வரலாறு இவற்றைத் தானாகவே கற்றவர். அதுபோக கிறித்தவர்களின் காஸ்பெல்களில், யூதர்களின் தோராவிலும் சந்தேகங்களைத் தீர்ப்பவராகவும் இருந்தார்.

கமால் அல்-தீனின் கணித அறிவைச் சோதிக்கும் வண்ணம் ஒரு நிகழ்வு நடந்தது. இரண்டாம் ஃப்ரெட்ரிக் டாமஸ்கஸ் சுல்தானாக இருந்த நாஸிர் அல்-தீனுக்கு ஒரு கடிதம் எழுதியிருந்தார். கணிதத்தின் அடிப்படையில் வட்டத்தை எவ்வாறு சதுரமாக்குவது என்று அதில் கேட்டிருந்தார். டாமஸ்கஸில் இருந்து சிரியாவின் கல்வியாளர்களிடம் அந்தக் கேள்வி வந்தது. அவர்களால் வட்டத்தைச் சதுரமாக்கும் கணிதக் கோட்பாட்டை எழுத முடியவில்லை. அந்தக் கடிதம் சிரியாவிலிருந்து, மொசூலில் இருந்த கமால் அல்-தீனின் கைகளை அடைந்தது. அவர் அளித்த கணித விளக்கத்தைக் கண்டு டாமஸ்கஸில் சுல்தான் கண் விரிந்தார்.

வாசனைத் திரவியம் பூசிய ஆடையை அணிந்து மாடிக்கு வந்த கஸ்வீனீ டைக்ரிஸ் ஆற்றில் தெரிந்த நகரும் ஒளிப்புள்ளிகள் முற்றிலும் பார்வையிலிருந்து மறைந்த பின்பு, கீழே இறங்குவதற்காகத் திரும்பினார்.

"ஐயா, ஐயா இங்கே பாருங்கள்"

கையில் பொதி ஒன்றை வைத்திருந்த காஸிம், அதைத் தொட்டுக் காட்டி, அவரிடம் அதனை ஒப்படைக்கும்படி நகரத் தலைமை நீதிபதி அவனை அனுப்பியதாகச் சொன்னான். அந்தப் பொதியில் இருந்தவை வேறு ஒன்றுமல்ல, புத்தகங்கள். கூடவே நீதிபதி ஒரு கடிதத்தையும் இணைத்திருந்தார்.

'நீங்கள் கேட்டபடி இபின்-சினாவின் அனைத்து நூல்களையும் அபாஹ்ரீயின் ஹிதாயத் அல்-ஹிக்மாவையும் (மெய்யியலுக்கான வழிகாட்டி), அல்-காஸிலியின் கிமியே சாதத்தும் (மகிழ்ச்சியின் இரசவாதம்), அல்-பெருனி மொழிபெயர்த்த 'பதஞ்சலி யோக சூத்திர'த்தையும் அனுப்பியிருக்கிறேன். என்னிடம் இருப்பவை மிகத் தெளிவாகவும், அழகாகவும் எழுத்துக்களைத் தீட்டக் கூடிய, அதிகக் கூலி வாங்கும் சித்திரவேலை எழுத்துக்காரர்களால் நகலெடுக்கப்பட்டவை. ஆகவே வாசித்து முடித்ததும், மறக்காமல் திருப்பிக் கொடுத்து விடவும்'

அந்தக் கடிதத்தின் பின்பகுதியில் அவர் இவ்வாறு எழுதிக் கையொப்பமிட்டார்:-

‘என்னிடமிருந்து பெறப்பட்டவை திரும்ப ஒப்படைக்கப்படும் போது’. காஸிமின் கையில் கடிதத்தையும், இரண்டு நாணயங்களையும் திணித்து அவனுக்கு விடைகொடுத்தார்.

புத்தகங்களைப் பார்க்கையில் அவர் மலைப்பாக உணர்ந்தார். அவருடைய காலம் எவ்வளவு குறுகியதென்று அவருக்கு காட்டும் வண்ணம் கையில் வந்திருக்கும் புத்தகங்கள். மனித மூளையின் கொள்ளளவை இபின்-சினாவைக் கொண்டே அளவிட முடியும். எதைத்தான் அவர் எழுதாமல் விட்டிருக்கிறார். உளவியல், அரசியல், ஒழுக்கவியல், அன்பு, மருத்துவம் என அவர் மனதிலிருந்து வழிந்த புத்தகங்களில் நிறைந்திருப்பவை கஸ்வீனீயைத் திகைப்படையச் செய்தன. அவர் எழுத முனைந்திருக்கும் நூலின் முதல் பகுதியை சில வாரங்களுக்கு முன்புதான் தொடங்கியிருந்தார். விண்ணுலகைப் பற்றிய பகுதி பாதியில் நிற்கிறது. மேலும் அதைத் தொடரவே அவர் சேகரித்து வைத்திருந்த புத்தகங்களோடு இவற்றையும் நீதிபதியிடம் கோரிப் பெற்றிருந்தார்.

இரவுத் தொழுகைக்குப் போவதற்கு முன்பாக நீதிபதி அவருக்குக் கொடுத்திருந்த புத்தகங்களை பத்திரமாக, அவருடைய பேரக் குழந்தைகளின் கைகளுக்கு எட்டாத உயரத்தில் வைத்தார். தொழுகை முடிந்து வீடு திரும்பியதும் இபின்-சினாவின் நூல் ஒன்றை அவர் வாசிக்கத் துவங்கினார். அலுவலகம் முடிந்து வழியிலேயே இரவு உணவை சாப்பிட்டுவிட்டு என்னுடைய வீட்டிற்குத் திரும்பி உறக்கம் வரும் வரையிலும் அவரைப் போலத்தான் நானும் புத்தகங்கள் வாசிப்பேன்.

அவர் எழுதி வந்த நூலின் பெயர் ‘அஜாயிப் அல்-முக்லுகட் வா கராயிப் அல்-மவ்ஜூதாத்’ (வியப்பிற்கு உரியவையும், அரிதானவையும்).

கற்பனையிலிருந்து அதை அவர் எழுதவில்லை. அவர் கேட்டவை, சேகரித்தவை, வாசித்தவை, அவருடைய இடப்பெயர்வில், பயணங்களில் பார்த்தவற்றையே எழுதினார்.

முதல் பகுதி: விண்ணுலகின் அங்கங்களான கோள்களின் சுழற்சி, நட்சத்திரங்கள், இராசி மண்டலங்கள், சூரிய சந்திர வலம், வால்நட்சத்திரங்கள்.

இரண்டாம் பகுதி: குவாஃப் மலையால் சூழப்பட்டிருக்கும் இந்த நிலத்தில் வசிக்கும் விநோத மனிதர்கள், மருத்துவத் தாவரங்கள், உயிரினங்கள், தீவுகளை விவரிப்பவை.

மூன்றாவது பகுதி: நிலத்தினடியே இருக்கும் உலோகங்கள், அவற்றின் பயன்கள்.

அந்த இரவிலிருந்துதான் கஸ்வீனீ 'எழுத்தாளர்களின் முடக்கத்திற்கு' ஆளானார்.

மேஷ இராசியில் படையெடுத்தால் வெற்றி நிச்சயமென்று ஹுலேகுவிற்கு (செங்கிஸ்கானின் பேரன்) அறிவுறுத்தியவர்கள் இஸ்லாமிய சோதிடர்கள்தான். பதிமூன்று நாட்கள் பாக்தாத்தை முற்றுகையிட்டு அந்த நகரத்தை அவனுடைய படைகளால் முடிந்த அளவு சிதைத்தான். அந்த நகரத்திலிருந்த முப்பது நூலகங்களில் நூற்றாண்டுகளாகச் சேகரிக்கப்பட்ட நூல்களை மங்கோலியர்கள் தீயிட்டுக் கொளுத்தினார், டைக்ரிஸ் ஆற்றில் தூக்கி எறிந்தனர்.

பாக்தாத்தைத் தொடர்ந்து வசிட் நகரத்தையும் அவர்கள் முற்றுகையிட்டார்கள். இரண்டாம் முறையாக அவர் போரின் கொடுமைகளில் இருந்து தப்பினார். சில நாட்கள் நகரத்திற்கு வெளியே தங்கியிருந்து அங்கு திரும்பியதும் வேகவேகமாக அவருடைய புத்தகத்தை எழுத முனைந்தார். கவனக் குறைவாக வாசிக்கும் வாசகர்களுக்கு மீண்டும் ஒருமுறை சொல்கிறேன். கஸ்வீனீ இளைஞனாக இருந்தபோது செங்கிஸ்கானுக்குத் தப்பினார், நடுவயதைக் கடக்கும்

போது அவனுடைய பேரனிடமிருந்து தப்பினார். அவர் வாழ்ந்த நகரங்கள் மட்டுமே மாறியிருந்தன.

இபின்-சினாவின் நூல்களைத் தொட்ட அந்த நாளில் இருந்து அவரால் எழுத முடியாமல் போனது. அப்பாசித்துகள், உம்மாயித்துகள், சுல்தான்களின் ஆளுகைக்கு உட்பட்டும், பாரசீகப் பேரரசின் கிழக்கு எல்லை வரையிலும் பரவியிருக்கும் பிலாத் இஸ்லாமில் (இஸ்லாமிய நிலங்கள்) மதரஸாக்கள் பெருகி நூல்களுக்கான தேவை மிகுந்திருக்கிறது. காகிதம் தயாரிப்பவர்கள், படியெடுப்பவர்கள், விளக்கம் சொல்பவர்கள், மைக்கூடுகள், எழுதுகோல்களை விற்பவர்களும் விற்பனையை மனதில் கொண்டு மதரஸாக்களைச் சுற்றிக் குடியேறினர். அதிகாரிகளும், வியாபாரிகளும், சுல்தான்களும் கூட அதிகளவில் நூல்களில் ஆர்வம் செலுத்தினர்.

கஸ்வீனீ யோசித்தார்;

இறைக் கோட்பாடுகளை விளக்குபவர்கள், இலக்கணங்களைக் கற்றவர்கள், மருத்துவர்கள், மெய்யியலாளர்கள், கவிஞர்கள், வியாபாரிகள், நாடோடிக் கதை சொல்லிகள், சோதிடர்கள், சூஃபி ஞானிகள், வானியலாளர்கள், கணித மேதைகள் இவர்கள் எல்லாவற்றையும் கற்களைப் போல உறுதியாக விளக்கிய பிறகு, நான் சந்தேகம் அடையவும், தெளிவைப் பெறவும் என்ன இருக்கிறது. உலகின் மர்மம் இன்னும் நீங்காதிருப்பதைப் போலவும் அதை அவர்கள் மட்டுமே கண்டுபிடிக்கிறார்கள் என்பதைப் போலவும் புதிதாக எழுதவரும் ஒவ்வொரு எழுத்தாளரும் கருதிக்கொள்கிறார். நான் செய்ய நினைத்திருக்கும் பணியின் மதிப்பும் எனக்கு சந்தேகமாக இருக்கிறது. இன்னும் பல நூற்றாண்டுகள் கழித்து யாருடைய மேசையிலாவது அது அமர்ந்திருக்குமா? அல்லது இன்னொரு போர் வந்து எல்லா நூல்களையும் எரித்தும், ஆறுகளிலும் வீசிவிடுமா?

கலங்கிய குட்டையைப் போல என் மனம் மாறாது ஜிப்ரயீல் காப்பாராக.

ஒவ்வொரு நாளும் இந்த சந்தேகம் எழுகை—யில்தான் அவர் கண்ணாடியின் முன்னும், குளியல் தொட்டியில் தன்முகம் கண்டும் உறைபவராகவும், எதிரே வருபவர்கள் வைக்கும் சலாமிற்கு பதில் சலாம் வைக்காமல் வருபவராகவும் மாறினார்.

இந்தக் கேள்வி எனக்கே இருக்கிறது.

ஜுவாதானோ புரூனோவின் வாழ்க்கை வரலாற்றை வாசிக்கும் போது, தான் உண்மையென்று நம்பும் ஒரு கருதுகோளுக்காக ஒரு மனிதர் தீயிட்டுக் கொளுத்தப்படவும் தயாராக இருப்பாரா? என்று ஒரு கேள்வி தோன்றியது. நிலம், பெண், செல்வம் இவைகளுக்காகப் போரிட்டு இறப்பவர்களை என்னால் எளிமையாகப் புரிந்துகொள்ள முடிகிறது. ஆனால் உண்மைக்காகவும் அறிவுக்காகவும் உயிரை விடுபவர்கள் தீர்க்க முடியாத புதிர்தான். இவை இரண்டும் உயிரைவிட மேலானவையா? கண்ணுக்கே தெரியாத அணுக்களைப் பற்றிய அவருடைய கோட்பாடுகளுக்காக கிறித்தவர்களால் எரிக்கப்பட்டவர் அவர். அவரைக் கொன்றவர்கள் ஆயிரத்து அறநூறு ஆண்டுகளுக்கு முன்பு தன்னுடைய கருத்துகளுக்காகத்தான் ஒரு பகல் வேளையில் இயேசுவும் சிலுவையில் அறையப்பட்டார் என யோசித்திருந்தால் அவரைக் கொல்வதற்கு முயன்றிருப்பார்களா?. (கணிதக் குறிகளில் கூட்டல் குறியிலிருந்து மட்டுமே மனிதர்களைத் தண்டிப்பதற்கான சிலுவையின் அமைப்பை உருவாக்க முடியும். வேறு எந்தக் கணிதக் குறிகளின் வடிவத்திலும் மனிதர்களைக் கொல்லும் அமைப்பை அமைக்க முடியாது). தொடர் கேள்விகளால் குழம்பிப்போய், எரியும் குழல்விளக்கை அணைக்காமல் வெளிச்சத்திலேயே தூங்கிவிட்டேன்.

அடுத்த நாள் வாகனக்கடல், மனிதக்கடல் இரண்டையும் கடந்து என்னுடைய பட்டயக் கணக்காளர் நண்பனைச் சந்தித்தேன். அவன் வருமான வரி அறிக்கையை திருத்திப் பதிவேற்றினான். பின்பு

குடல்நோய்களுக்கான மருத்துவரையும் பார்த்தேன். சில மருந்துகளைப் பரிந்துரைத்து, உணவகங்களில் சாப்பிடுவதைக் குறைக்கும்படி சொன்னார். கிளினிக்கில் டோக்கன் கொடுக்கும் பெண் கனகாம்பரம் சூடியிருந்தாள். தமிழ்நாட்டில் இப்போது இந்த வழக்கம் ஏறக்குறைய ஒழிந்துவிட்டது. கனகாம்பரச் செடிகளை வீடுகளில் வளர்ப்பவர்களும் கிடையாது. மீண்டும் வாகனக்கடல், மனிதக்கடல் இரண்டையும் கடந்து வீடு வந்தேன்.

என்னுடைய வீடு அமைதியாக இருந்தது. எப்படிப்பட்ட அமைதி என்றால் ஒரு பொருளைப் போல அதைக் கையில் எடுத்து வேண்டுகிற இடத்தில் வைத்து விடுகிற அளவிற்கு. மின்விளக்குகளைப் போட்டேன். வரவேற்பறை, உணவருந்தும் மேசை, துணிகள் வைக்கும் வார்ட்ரோப்பின் கீழடுக்கு, படுக்கை என எங்கேயும் புத்தகங்களைத் தவிர வேறு எதுவும் கண்ணுக்குத் தெரியவில்லை. எனது வீட்டின் அமைதி வாசிப்பினால் உருவாகும் அமைதியினால் ஆனது. சில நேரங்களில் வசீகரமாக இருக்கும். மீதி நேரங்களில் கதவைத் திறந்ததும், ஒற்றைத் தலைவலி அதிகமாகும் போது கண்ணுக்கு அருகே தெரியும் வெள்ளிப் புழுக்களைப் போல புத்தங்களிலிருந்து வழியும் சொற்கள் குழப்பமாக நெளியும்.

கஸ்வீனீயின் முடக்கத்தையும் என்னுடைய வீட்டின் நிலைமையையும் சற்றே தள்ளி வைத்துவிட்டு நாம் அறிவின் கேள்விக்கு வருவோம். கதையை விட்டு வெளியே ஒருசில வரிகளை வாசிக்குமளவிற்கான பொறுமையுடையவர் நீங்கள் என்பதை இவ்வளவு தூரம் நீங்கள் இக்கதையை வாசித்ததிலிருந்து நம்புகிறேன். பெரும்பாலும் நள்ளிரவில், அதிலும் குறிப்பாக என் அண்டை வீட்டிலிருக்கும் ஒரு பெண்மணி பாத்திரங்களைக் கழுவி முடித்ததும் (சில நாட்களில் இரவு பதினோரு மணிக்குக் கூட அவள் வீட்டிலிருந்து குக்கர் அல்லது மிக்சி சத்தம் கேட்கும். எனினும் நான் அவளைப் பார்த்ததேயில்லை), காத்திருந்ததைப்

போல எழும் அமைதியில் எதையாவது என்னுடைய மனம் சிந்திக்கும். நான் சிந்தனையின் கட்டுப்பாட்டில் இருப்பேன்.

எனது இரவும் கூட.

லூயி கரோல் இப்படி இரவில் படுக்கையில் படுத்தவாறு சிந்திப்பவர்கள் எளிமையாக குறிப்புகளைப் பதிவு செய்ய ஒரு முறையைக் கண்டுபிடித்திருக்கிறார். தவற விடக்கூடாதென நான் கருதுபவற்றை சிரமம் கருதாது எனது செல்பேசியில் இருக்கும் குரல் பதிவு செயலில் பதிவு செய்வேன். அதிலிருந்த ஒரு குரல் பதிவில் இருந்துதான், அறிவை நான் எவ்வாறு பார்க்கிறேன் எனச் சொல்லப் போகிறேன். வெறும் இரண்டே வரிகள்.

ஃபிரான்ஸிஸ் பேகன் சொன்னார்;

‘அறிவே அதிகாரம்’.

என்னைப் பொறுத்தவரையில் ‘அறிவு, நினைவுகள் சொல்லும் ஒரு கதை’.

நீங்கள் இதை விளக்கச் சொன்னால் என்னால் முடியாது. அதற்கான விளக்கத்தைப் பதிவு செய்வதற்குள்ளாக, ஃபிரான்ஸிஸ் பேகனோடு ஓர் உரையாடலை நிகழ்த்தி விட்ட மகிழ்ச்சியில் உறங்கி விட்டேன்.

தலைமுடி உதிர்வதைப் போல நாட்கள் நகர்ந்தன. கஸ்வினியை விடுவிக்கும் எண்ணம் எனக்கு எழவில்லை. ஏறக்குறைய வாசிப்பதையும் நிறுத்திவிட்டேன். எவ்வளவு வீணான வாழ்க்கை வாழ்கிறேன் என்று நினைத்தேன். மத்திம வயதில் ஏதோவொரு தருணத்தில் இனியும் வாழ்வைப் புதிதாகத் தொடங்க முடியாது என்கிற கட்டத்தை அடைகிறோம். அன்றிலிருந்து நமக்கு முன்பு பிறந்தவர்களின் மீதும், பின்பு பிறக்கப் போகின்றவர்களின் மீதும் எரிச்சல் உண்டாகத் துவங்குகிறது. கஸ்வீனீயைப் போலவே நானும் கண்ணாடியின் முன் உறைபவனாக

மாறியிருந்தேன். உலகின் கண்ணாடிகளில் சற்று நேரம் தெரியும் வெற்றுப் பிம்பமே அது. பல நாட்களுக்கு (அல்லது எட்டு நூற்றாண்டுகளாக?) வெறுமனே அலுவலகம் சென்றுவரும் ஒரு ஹுமனாய்டைப் போலவே இருந்தேன். ஒருசில நாட்களில் சித்திர எழுத்து வேலையை நானாகவே பயில முயன்றேன். அதற்கெனவே தயாரிக்கப்படும் காகிதங்கள், பேனாக்கள், மைக்கூடு, பிரஷ்கள், வர்ணங்கள் என தேவைப்படும் அனைத்தையும் வாங்கினேன். ஓரளவு பயின்ற பிறகு நூற்றி அறுபத்தைந்து ஜிஎஸ்எம் காகிதத்தில் சீமுர்க் பறவையை வரைய முனைந்தேன். மெச்சத்தக்க அளவிற்கு இல்லை என்றாலும், மோசமானதாக வரைந்திருக்கவில்லை. சீமுர்க் தலையை உயர்த்தி நின்றது.

என்று அந்தக் கனவை கண்டேன் என்பது என் நினைவில் இல்லை.

கஸ்வீனி வசிட் நகரின் கடைத்தெருவில் நின்றிருந்தார். அவருடைய தாடி நன்கு வெளுத்திருந்தது. அடிமைகளை, தானியங்களை, பழங்களை வேடிக்கை பார்த்துக்கொண்டே மாதுளம் பழம் விற்கும் கடைக்கு வந்தார் (பேரம் பேசுகிறவர்கள், சிறுசிறு சண்டையில் ஈடுபடுபவர்களின் சத்தத்தால் சந்தை களைகட்டியிருப்பது கஸ்வினிக்கு சற்று ஆறுதலாக இருந்திருக்கலாம்).

‘கஸ்வீனி ஐயா ஏன் இவ்வளவு சோர்வாக இருக்கிறீர்கள்?’

‘ஓ.. வாசிம் நலமா? அது வேறு ஒன்றுமில்லை. களைப்பு. கூடையில் இருப்பவை எங்கேயிருந்து தருவிக்கப்பட்டவை?’

‘அது கிடக்கட்டும் நீங்கள் என்னுடைய கேள்விக்கு பதில் சொல்லுங்கள். உங்கள் முகத்தில் இவ்வளவு சோர்வை நான் ஒருநாளும் கண்டதில்லையே’

(யாராவது அப்படிக் கேட்க மாட்டார்களா எனக் காத்திருந்தவரைப் போல), இபின்-சினாவின்

புத்தகத்தைத் தொட்ட நாளில் இருந்து தனக்கு ஏற்பட்ட முடக்கத்தையும், அதனால் எழுந்த சோர்வையும் அவனிடம் விளக்கினார்.

'ஐயா.. விதைகளை விழுங்கிய ஞானி ஒருவரின் கதையைச் சொல்கிறேன். உங்களின் மனதிற்கு அது ஆறுதலாக இருக்கலாம்'.

அவன் சொன்ன கதை:

எந்த ஒட்டகத்தாலும் அதன் முதுகில் அமர்ந்து பயணிப்பவர்களின் பெயரைத் தெரிந்துகொள்ள முடியாது. தன்னையும் ஒட்டகத்தைப் போலவே கருதிக்கொள்ளும் ஞானியொருவர், அவரும் தனக்குப் பெயர் வைத்துக் கொள்ளவில்லை, அவருக்குப் பெற்றோர் வைத்த பெயரையும் வெளியே சொன்னதில்லை. தான் ஓர் ஒட்டகமென்றும், இந்த உலகுதான் அவர் முதுகில் அமர்ந்திருக்கும் பயணி என்றும் சொல்வார். ஒரு நெடும்பயணத்தின் இடையே தன்னையும்

அறியாமல் அந்த ஞானி ஒட்டகத்தின் மீது அமர்ந்த வண்ணமே தூங்கிவிட்டார். அந்த ஒட்டகம் பகலென்றும் இரவென்றும் குளிரென்றும் கோடையென்றும் பாராமல் நடந்து நடந்து எல்லாப் பருவ காலங்களையும் கடந்து சோர்ந்து போய் ஓர் ஆழமான குளத்தின் அருகே நின்றது. தன் முதுகில் அமர்ந்திருப்பவரைக் கவனத்தில் கொள்ளாமல், குளத்தருகே சென்று தண்ணீர் அருந்துவதற்காக முன்னங்கால்களை மடித்துக் குனியவும், அந்த ஞானி குளத்திலே விழுந்து விட்டார். குளத்திலே விழுந்து தூக்கம் தெளிந்த ஞானி தான் எப்படி குளத்திலே விழுந்தோமென்று தெரியாமல் அவசர அவசரமாக நீந்தி குளத்திலிருந்து வெளியேறினார். தான் நீரில் மூழ்கியதைப் போலவே இந்த உலகும் ஒருநாள் நீரில் மூழ்குமென்று சிந்தித்த அந்த ஞானி, எப்படியாவது இந்த உலகைக் காப்பதென்று முடிவு செய்தார். தான் நீந்தி வெளியே வந்ததைப் போலவே இந்த உலகும் மூழ்கிய

பின்னும் வெளியே வரும் என்று நம்பினார். அப்படித் திரும்ப வரும் உலகில் தாவரங்கள் எங்கேயிருந்து முளைக்கும் என்று யோசித்தார். வயிறுமுட்ட நீரைக் குடித்த ஒட்டகத்தில் மீண்டும் ஏறி எட்டுத் திசைகளுக்கும் சென்று கண்ணிற்குத் தென்படும் தாவரங்களின் விதைகளைச் சேகரித்தார். நாம் தற்போது தனித்தனியாகப் பெயரிட்டு அழைப்பதைப் போல அல்லாமல், அவர் விதைகளை இன்னதென்று அழைக்காமல் ஒவ்வொன்றையும் சேகரித்தார். சேகரித்த விதைகளை சிறுசிறு துளைகளிட்டு அவர் உடலெங்கும் சேமித்தார். அவரிடம் பை கூடக் கிடையாது. ஆடைகளும் இல்லை. மேலே ஒரு தாடி, கீழே ஒரு தாடி. அவருடைய உடலில் இடமில்லாது போனதும், ஒட்டகத்தின் உடலில் அதன் தடித்த தோலினடியே சேமிக்க ஆரம்பித்தார். அவர் எதிர்பார்த்ததைப் போல உலகே மூழ்குமளவிற்கு மழை பெய்யவும், மீதமிருக்கும் விதைகளை தனது வயிற்றிலும், ஒட்டகத்தின் வயிற்றிலும் நிரப்பிய பின் அமைதியாக ஒரு பாறையின் மேல் அமர்ந்தார். நீர் உயர, ஒட்டகம் நீந்தி வெளியே வர முனைந்தது. ஆனால் அதனால் காற்றைச் சுவாசிக்கும் அளவிற்கு நீருக்கு வெளியே தலைநீட்ட முடியவில்லை. ஒட்டகம் இறப்பதற்கு முன்பாகவே அவரும் இறந்தார். பறவைகள் மட்டுமே தப்பின. அவற்றிலும் பல தொடர்ந்து பறக்க முடியாமல் சோர்ந்து இறந்தன. வெள்ளம் வடிந்து, எஞ்சியிருந்த பறவைகளுக்கு சேறும் சகதியுமாகக் காட்சியளித்த நிலம் தெரிந்தது. கூடவே உடல் வெடித்து இறந்து போயிருந்த ஒட்டகமும் ஞானியும் தெரிந்தார்கள். அவர்களது உடலில் சேகரித்து வைத்திருந்த விதைகள் ஒவ்வொன்றாக முளைக்கத் துவங்கின. நெடுங்காலத்திற்கு பறவைகள் கனிகளைத் தின்று விதைகளை நிலமெங்கும் விழச்செய்து காடுகளை முளைக்க வைத்தன. இங்கே முளைத்திருக்கும் செடிகளும், மரங்களும் கூட அவருடைய வயிற்றிலிருந்தோ அல்லது ஒட்டகத்தின் வயிற்றிலிருந்தோ முளைத்த விதையின் சந்ததிகளாக இருக்கலாம்.

கதையைச் சொல்லி முடித்ததும் கஸ்வீனீ கேட்டார் (என் நினைவு சரியாக இருக்குமானால் அவர் முகத்தில் சோர்வு அகன்றிருந்தது)

‘இந்தக் கதை உனக்கு யார் சொன்னது? எங்கு கிடைத்தது?’.

‘கடைத்தெருவில், வியாபாரம் இல்லாத நேரங்களில் நாங்கள் சொல்லிக் கொள்ளும் கதைகளில் ஒன்றே இது’.

‘ஐயா, ஒருவேளை இந்தக் கதையை நீங்கள் எழுதி யாராவது படியெடுத்தால் பிழை எழாமல் பார்த்துக் கொள்ளுங்கள் ஐயா. விதைகளை விழுங்கிய ஞானியின் கதை என்பதற்குப் பதிலாக விரைகளைத் தின்ற ஞானி என்று யாரேனும் தவறாகப் புரிந்து கொண்டுவிடப் போகிறார்கள். என்னதான் இந்த இரண்டிலிருந்தே உலகம் பெருகியிருந்தாலும் பொருள் மாறிவிடுமல்லவா’.

அவனிடமிருந்து அவசரமாக விடைபெற்று வீடு நோக்கி நடந்தார். வீடு திரும்பி இபின்-சினாவின் நூல்களை வாசிக்கத் துவங்கினார். அவருடைய புத்தகம் எழுதி முடிக்கப்படும் வரை அவர் ஒருநாளும் சோர்வாகவும், பொருளற்றும் உணரவில்லை.

அண்டை வீட்டுப் பெண் மிக்ஸி அரைக்கும் சத்தம் கேட்டு நான் கனவிலிருந்து கண் திறந்தேன். ஒருவழியாக கஸ்வீனீயின் முடக்கத்தை தீர்ப்பதற்கான யோசனை கிடைக்கவும், மத்திய காலத்தில் ஓர் இரவில் எனத் தொடங்கி பாதியில் நிறுத்தியிருந்த கதையை எழுதி முடித்தேன்.

இதை அசட்டுத்தனமாகக் கூட நீங்கள் கருதலாம், எனக்கென்னவோ தோன்றுகிறது, நான் வரைந்திருந்த சீமூர்க் பறவைதான் நான் கண்ட கனவை தன் அலகில் கவ்விக்கொண்டு எட்டு நூற்றாண்டுகளைக் கடந்து, வசிட் நகரில் ஒரு கடைக்காரனுக்கும் கஸ்வீனீக்குமான உரையாடலாக மாற்றியிருக்குமென்று.

***

5. நீத்தார்

ஒன்று

1. தைராய்ட் புற்றுநோய் அறுவை சிகிச்சை முடிந்த இரு மாதங்களுக்குப் பிறகு நிலவொளியில் ஊளையிட்டுச் செல்லும் நரிகளின் காலத்திற்குச் செல்லும் அம்மா அவற்றின் காலத்தைக் கடந்துவிட்டதை அறிந்திருப்பினும் நரிகளை விரட்டிப் பிடிக்கும் அவசரத்தில் இருக்கிறாள்.

2. நான் மிதமிஞ்சிப் பெருகிவிட்ட மனித இனத்தின் மீது வெறுப்புடையவனாக இருப்பதால் (என் வேலையினால் கூட இருக்கலாம்) அம்மா சொல்லும் நரிக்கதைகளில் எனக்கு சிறு ஆர்வம் எழுகிறது.

3. தூக்கி எறியாமல் வைத்திருக்கும் நம் பள்ளிப்பருவ ரெக்கார்ட் நோட்டுக்களைப் போல கடந்த காலத்தை எந்தப் பதட்டமும் இன்றிக் கையாளக் கற்றிருக்கிறோம்.

4. மேலும் சில மாதங்களுக்குப் பிறகு அம்மா எங்கள் பூர்வீக ஊரைப் பார்க்க வேண்டுமென்று நச்சரிக்கிறாள். அம்மாவுடைய சொந்த ஊரில் அவளுடைய உறவுக்காரர்கள் யாருமில்லை. என் அப்பாவின் ஊரும் அவளுடைய ஊரும் அருகருகே இருக்கின்றன. பெரிதும் சிறிதுமான இரண்டு வாய்க்கால்கள் இரு ஊர்களையும் பிரிக்கின்றன.

5. இறங்கு வெய்யிலில் சோர்ந்திருக்கிறது ஊர்.

6. எட்டு ஆண்டுகள் கழித்து அங்கே செல்கிறோம். தொலைவில் நீலப் பின்னணியாக நிற்கும் திருமூர்த்தி மலையில் இரவு நேரங்களில் நெளியும் மண்புழுவின் உருவில் எரியும் காட்டுத் தீயைத் தேடுகிறேன்.

7. குடியிருப்புகளுக்கு அருகே யானைகள் வராமலிருக்க, மலையில் வசிக்கும் புலையர்கள் தீயைப்

பற்ற வைப்பார்கள் என்கிறார் என் தாத்தா. வளர்ந்த காளைகளின் அருகே அவர்களுடைய மேற்பார்வையில் காட்டுப்புல்லை மேய்கின்றன ஊர்க்காரர்கள் நேர்ந்துவிடும் காளைக் கன்றுகள். கொம்புகளும் திமிலும் வளர்ந்த காளைகள் பொங்கலுக்கு ஊருக்கு இறங்கிவரும்.

8. ஒழுங்கில்லாமல் நிற்கும் கற்சுவருக்கு உள்ளே இருக்கிறது என் சித்தப்பாவின் வீடு. எனக்கு மொத்தம் நான்கு சித்தப்பாக்கள். சித்தியும் அவரும் மரத்தப்பைகளால் ஆன வாயிற்கதவருகே நிற்கிறார்கள். என் சித்தப்பாவின் மூத்த மகன் நாங்கள் கொண்டு சென்ற பைகளை வாங்குகிறான். ஐந்தாறு ஆட்டுக்குட்டிகள் கயிற்றில் தொங்கும் அகத்திக்கீரைக் கட்டுகளை மேய்கின்றன. ஆடுகளை வளர்த்து கறிக்கடைகளுக்கும் கோவில்களில் பலியிடக் கேட்பவர்களுக்கும் விற்கிறார்.

9. பஞ்சம் பிழைப்பதற்காக இந்த ஊருக்கு வரும் என் கொள்ளுத்தாத்தா வறண்டு பாளம் பாளமாக வயிறு வெடித்திருக்கும் குளத்தின் அருகே கறிக்கடை போடுகிறார். முகக்கவசமும் லேடக்ஸ் கையுறையும் கழற்றாத அறுவை சிகிச்சை மருத்துவர் அம்மாவின் புற்று பாதித்த தைராய்ட் சுரப்பிகளை எனக்குக் காண்பிக்கிறார். கறி வாங்கிச் செல்லும் பெண்கள் தோலுரித்த ஆட்டின் காய்களை இரகசியமாகத் தொட்டுப் பார்ப்பார்கள். முழுநிர்வாணத்தை அடையும் தோலுரித்த உள்ளுறுப்புகள்.

10. மங்களூர் டைல்ஸ் எனும் பெயர் பொறித்த பழைய ஓடுகள் புதிய ஓடுகளுக்கு நடுவே தெரிகின்றன. அம்மாவும் சித்தப்பாவும் சித்தியும் நிறுத்தாமல் பேசுகிறார்கள். சித்தி காஃபி கலந்து கொடுக்கிறாள். உளுந்து வடை சுடுகிறேன் என்கிறாள். அம்மாவும் நானும் மறுக்கிறோம். கூரையில் பதித்த கண்ணாடியின் வழியே விழும் வெளிச்சம் தரையில் என் காலருகே நிதானமாக நகர்கிறது.

11. என் சகோதரர்களில் ஒருவன் வேலை இருப்பதாகச் சொல்லி வெளியேறுகிறான். மற்றொருவன் ஊரைச் சுற்றிப் பார்க்கலாம் என என்னை அழைக்கிறான்.

12. பழைய தெருக்களில் நடக்கிறோம். பள்ளித்தேர்வுகள் முடிந்து வரும் விடுமுறை நாட்களில் பொங்கல் கொண்டாடுவதற்கும் அந்த ஊருக்குச் செல்கிறேன். தோட்டத்து வீடு ஒன்றில் விட்டத்தில் மாட்டியிருக்கும் கொக்கித் தராசில் பருத்தி மூட்டையை எடை போடுகிறார் தாத்தா. நானும் அப்பாவும் வந்திருப்பதாகச் சொல்கிறேன்.

13. என் தாத்தா அங்கே பிறந்து, சிறு நகரம் ஒன்றில் அவருடைய மூத்த மகனின் வீட்டில் இறக்கிறார். என் அப்பா அங்கே பிறந்து, நூற்பாலையைச் சுற்றி வளர்ந்த வேறொரு சிறிய ஊரில் ஒரு வாடகை வீட்டில் இறக்கிறார். நான் நூற்பாலையைச் சுற்றி வளர்ந்த ஊரில் பிறந்து பெங்களூரில் வசிக்கிறேன்.

14. முதுகெலும்பைப் போல ஊரின் நடுவே செல்லும் அகலமான தெருவிலிருந்து கிழக்கும் மேற்குமாகப் பிரிகின்றன குறுகலான தெருக்கள். சுண்ணாம்பு பூசிய உயரமான சுவர்களில் சரிந்து நிற்கின்றன கறுப்பும் சிவப்புமான மூப்படைந்த ஓடுகள். சிறிய தெருவொன்றின் இருட்டு மூலையில் காத்திருக்கும் யாரையோ பார்க்கச் செல்கிறாள் என் அத்தை. தெருவிளக்கின் அடியே நானும் அவளுடைய தோழியும் அவள் திரும்புவதற்காகக் காத்திருக்கிறோம்.

15. பொங்கலன்று ஒவ்வொரு தெருவாகச் செல்லும் காளைகளின் பின்னே நடக்கிறேன். பம்பைக்காரனின் உருமிக்கு ஊரே பித்தேறியிருக்கிறது. உடலைச் சிலிர்த்து, முட்டுவதற்கு வரும் காளையின் முன்னே காலில் சலங்கை கட்டியிருப்பவர் கையில் இரண்டு மூங்கில் கழிகளை வைத்துக்கொண்டு சுழன்று ஆடுகிறார். 'ஜாஹேய்' என அவர் அழைக்கும் ஓசை உருமிச் சத்தத்தையும் மீறி கேட்கிறது.

16. தெற்கேயிருக்கிறது நூறாண்டுகளைக் கடந்த கிணறு. அதன் கரையில் நிற்கின்ற பூவரச மரத்தின் இலைகள் அவை மட்டுமே உணரக் கூடிய காற்றில் அசைகின்றன. சிறு வளையங்கள் தோன்றி மறையும் கிணற்றின் பச்சைநிற நீரில் மிதக்கின்றன பழுத்த இலைகளும் குப்பைகளும்.

17. பஞ்ச காலத்தில் இடம்பெயர்ந்து இந்த ஊரில் குடியேறியவர்கள் குடிநீருக்காக கிணற்றைத் தோண்டுகிறார்கள். கிணறு தோண்டும் உழைப்பாளர்களின் கறுத்த முதுகுகளின் மீது படும் வெய்யிலில் வியர்வைத் துளிகள் சதுரம் சதுரமாக மின்னுகின்றன. மேலேயிருந்து எட்டிப் பார்ப்பவர்களுக்கு கடப்பாரைகளின், மண்வெட்டிகளின்,மண் அள்ளும் இரும்புச் சட்டிகளின் ஓசைகள் எதிரொலியைப் போல ஒலிக்கின்றன. சிறுவர்கள் சுற்றியமர்ந்து வேடிக்கை பார்க்கிறார்கள்.

18. ஊற்றுக்கண்ணில் நீர் சுரந்ததும் கையில் அள்ளிக் குடித்தவர் சொல்கிறார், நீர் குடிப்பதற்கு உகந்ததென்று. கிணற்றைச் சுற்றி கற்சுவரைக் கட்டி நான்கு மூலைகளிலும் கருடன் சிலைகளை வைக்கிறார்கள். மூன்று சிலைகள் காணாமல் போகின்றன. ஒன்று கிணற்றில் விழுந்திருப்பதாக யாரோ சொன்னதைக் கேட்டிருப்பதாகச் சொல்கிறான் என் சகோதரன்.

19. மஞ்சள் வெளிச்சம் மிதக்கும் கருடனின் சூடான மார்பையும் முகத்தையும் தொட்டுப் பார்க்கிறேன். என் உள்ளங்கையும் விரல்களும் கருடனின் உடற்சூட்டையும், வடிவத்தையும், உறுதியையும் என்றும் நினைவில் வைத்திருக்கும் எனும் ஆசையில்.

20. என் பாட்டி பித்தளை குடத்தைத் தூக்கிக்கொண்டு நீரெடுக்கப் போகிறாள். அவளோடு நடக்கும் நான், சோளத்தட்டில் பனையோலைத் துண்டுகளை சொருகிச் செய்த கற்றாடியை கையில்

வைத்திருக்கிறேன். காற்றில்லாத போது விரலால் சுண்டி காற்றாடியை சுழல் விடுகிறேன்.

21. பிளாஸ்டிக் குடத்தில் நீரெடுத்துத் திரும்பும் அத்தை சினிமா பாட்டு ஒன்றைப் பாடச் சொல்லி என்னைக் கேட்கிறாள். மாரியம்மன் கோவில் பண்டிகைக்கு நாடக ஒத்திகை பார்ப்பவர்கள் கையில் வாளோடு ஒத்திகைக் கொட்டாயை நோக்கி நடக்கிறார்கள். திண்ணைகளில் முளைப்பாரிகளை வெய்யிலில் காட்டும் அக்காக்களோடு அத்தை பேசுகிறாள். குடத்தின் கனத்தை உணர்ந்ததும் பேச்சை நிறுத்தி நடக்கிறாள்.

22. இறுகப் பூட்டிய வில்லின் நாணைப் போல அல்லது குஞ்சம் வைத்த புதிய சாட்டைவாரைப் போன்ற அக்காக்களின் ஒவ்வொரு உடல் அசைவும் என்னைக் கிளர்ச்சியடையச் செய்கின்றன. பவுடர் வாசனை பரவியிருக்கும் திண்ணைகளில் அக்காக்களை முகரும் கற்பனையில் நான் அவளோடு நடக்கிறேன்.

23. தெருக்களில் குடிநீர்க் குழாய்கள் பதித்த பிறகு கிணற்றில் யாரும் நீரெடுக்க வருவதில்லை என்கிறான் என் சகோதரன். அக்காக்களின் சிரிப்பொலியில் இலயித்துக் கிளர்ந்திருக்கும் காலத்தின் மாறாத நினைவோடு மூப்பின் வாசலை தனிமையில் தட்டுகிறது கிணறு.

24. கருடன் சிலையருகே அமர்ந்து என் செல்பேசியில் ஒரு தற்படம் எடுப்பதற்குள்ளாக நீர் சுரந்த கிணற்றின் கரையில் அமர்ந்திருக்கும் சிறுவர்கள் எழுந்து நின்று புட்டத்தைத் துடைக்கிறார்கள். படத்தின் பின்னணியில் கிணற்றின் மறுகரை சுவரும், கருவேல மரங்களும், பூச்சி மருந்து விளம்பரம் வரைந்த பெரிய வீடொன்றின் முதுகும் தெரிகின்றன. என் சகோதரன் புகைப்படம் எடுக்க மறுக்கிறான். கறுத்த உடல் உழைப்பாளிகள் கயிற்றில் ஒவ்வொருவராக மேலேறி கரையை எட்டுகிறார்கள். துளையிலிருந்து வெளியேறுகின்றன கட்டெறும்புகள்.

25. சிதலமடைந்திருக்கும் வீடுகளின் திண்ணைகளில் அமர்ந்திருக்கும் சட்டையணியாத கிழவர்கள் தூண்களில் கைவைத்து அமர்ந்திருக்கிறார்கள். எங்களை வேடிக்கை பார்க்கிறார்கள். அவர்களில் பாதிப்பேர் இறந்தவர்களாக இருக்கலாம் என்கிற குழப்பம் எனக்கு எழுகிறது. அவர்கள் என்னை அழைத்தால் நீத்தாரின் குரலுக்கு செவிசாய்க்கக் கூடாதென்று விரைவாக நடக்கிறேன்.

26. ஆட்களற்ற வீடுகளில் பூட்டப்பட்டிருக்கும் வெண்கலப்பூண் வைத்த கதவுகளையும், தெய்வங்களின் உருவங்களும், மலர்களும் பொறித்த நெலவுச் சட்டங்களையும் புகைப்படம் எடுக்கிறேன். சலனங்கள் ஏதுமற்ற தெருவில் வெய்யிலை மேயும் மாட்டின் அருகே நிற்கின்றன இரண்டு தெருநாய்களும் அவற்றின் நூறு நிழல்களும்.

27. அம்மாவும் சித்தியும் யாரையோ பார்க்கச் சென்றுவிட்டு வருகிறார்கள். அன்றிரவு அவர்களோடு தங்கச் சொல்கிறார்கள். நாங்கள் மறுக்கிறோம். சுவரொட்டிகள் ஒட்டியிருக்கும் பேருந்து நிறுத்தத்திற்கு அருகே இருக்கிறது மாட்டாஸ்பத்திரி. வாயிற்கதவில் தொங்குகிறது இரும்புப் பூட்டு. கிலுவை மரம் காய்த்திருக்கிறது. அம்மா பேருந்து வருகிறது என்கிறாள்.

இரண்டு

28. என் வயது என்ன எனக் கேட்கிறார் கலைப்பொருட்கள் விற்கும் கடையின் உரிமையாளர். வயதைச் சொல்கிறேன். அவருடைய கடையில் மெலிதான தூசுப்படலம் படிந்த தெய்வச் சிலைகள் மர யானைகளின் அருகே காட்சிக்கு வைக்கப்பட்டிருக்கின்றன. இரண்டு தளங்கள் கொண்ட கடை. எப்போதும் செல்பேசியில் தலைபுதைத்திருக்கும் பணியாள் ஒருவன் இருக்கிறான். நான் ஒரு கருடன் சிலையை அங்கே தேடுகிறேன்.

29. சிறுசிறு இடைவெளிகளில் நான் அந்தக் கடைக்குச் செல்கிறேன். ஒரு வெளிநாட்டு நிறுவனத்தில் புத்தகங்களை செம்மையாக்கும் பணியைச் செய்யும் என் அலுவலகம் அந்தக் கடைக்கு அருகே இருக்கிறது. வேலை ஏதும் இல்லாததால் சிலைகளைப் பார்க்க அங்கே வருவதாக அவர் நினைக்கலாம்.

30. உள்ளங்கையால் மூடிவிடக் கூடிய சின்னஞ் சிறிய கருடன் சிலையை எடுத்துப் பார்க்கிறேன். அதன் முகம் நசுங்கிப்போய் கோணலாக இருக்கிறது. சிறிய அளவுகளில் செய்யும்போது தவறும் நேர்த்தி. அங்கிருக்கும் கருடன் சிலைகளில் எதுவும் எனக்குப் பிடிக்கவில்லை. நடராஜர் சிலைகளும் புத்தரின் முகமும் அழகாக இருக்கின்றன. மர யானைகள் நளினமாகச் செதுக்கப்பட்டிருக்கின்றன. இரண்டாவது தளத்தில் உலோகத்தால் செய்யப்பட்டு வண்ணம் தீட்டப்பட்ட மயில் ஒன்று திறந்த கண்களோடு நிற்கிறது.

31. எனக்கு தேவைப்படும் அளவைச் சொன்னால் தருவிப்பதாகச் சொல்கிறார். உருவம் பெரியதாக இருந்தால் முறைப்படி பூசை செய்ய வேண்டும் என்கிறார். நான் பூசை செய்வதற்காக கருடன் சிலையைத் தேடவில்லை என்கிறேன். என்னுடைய வயதைக் கேட்கிறார். உரையாடலின் முடிவில் சொல்கிறேன், என் முன்னோர்களின் நினைவாக வீட்டில் வைத்திருக்க ஒரு சிலையைத் தேடுகிறேன்.

32. மரத்தடியிலிருக்கும் குலதெய்வத்திற்காக ஒரு கோயிலைக் கட்டத் தொடங்குகிறார்கள் என் உறவினர்கள். என் தாத்தா ஒரு கூரையின் கீழே தன் குலதெய்வத்தைப் பார்ப்பதற்குள்ளாக இறந்து போகிறார். எந்தக் கோவிலுக்கும் செல்லாத என் அப்பா தவறாமல் பொங்கலன்று குலதெய்வம் கோவிலுக்குப் பொங்கல் வைக்க அம்மாவையும் என்னையும் அழைத்துச் செல்கிறார். பொங்கல் பொங்கி கிழக்கே வழிவதற்காக எல்லோரும் காத்திருக்கிறார்கள். உருவம் எதுவும் செதுக்கப்படாத எண்ணெய்க் களிம்பேறிய கல்லின் மீது பூமாலை சூட்டி எல்லோரும் வணங்குகிறார்கள். நான் வேடிக்கை பார்க்கிறேன்.

33. அம்மாவால் என்னுடைய புதிய ஆர்வத்தை புரிந்துகொள்ள முடியவில்லை. அவளைப் போலவே கலைப்பொருட்கள் விற்பவரும் நான் சொன்னதைக் கேட்டுக் குழம்புகிறார்.

34. அதன் பிறகு அந்தக் கடைக்குச் செல்வதை நான் தவிர்க்கிறேன். மேலும் சில கலைப்பொருட்கள் கடைகளுக்குச் செல்கிறேன். முடிவு ஒன்றாகவே இருக்கிறது. மெய்மறக்கச் செய்தலை அழகின் பண்பாகச் சொல்பவர்களிடம் நான் உடன்படுகிறேன். மெய்மறக்கச் செய்யும் கருடன் சிலை ஒன்றைக் கூட நான் கடைகளில் பார்க்கவில்லை. நிறைவின்மை என்னுடைய அளவுகோலா?. தவறான அளவுகோல்களால் அளக்கும் பிழையைச் செய்கிறேன் என நினைக்கிறேன், தண்ணீரை முழக்கணக்கில் அளப்பதைப் போல. எனினும் நிறைவின்மையில் உயர்வுக்கான எழுச்சியிருப்பதாகத் தெரிகிறது.

மூன்று

35. புரட்டாசி மாதத்தின் முதல் வாரங்களில் என் பாட்டி அம்மாவின் கனவில் வந்து அந்த ஆண்டு எந்த நிறத்தில் சேலை வேண்டுமென்று சொல்கிறாள். பாட்டி இறந்த நாளில் அம்மா முதுகுவலியால் படுத்த படுக்கையாக இருக்கிறாள். பாட்டியின் உடலை எடுப்பதற்குள்ளாகப் போக வேண்டும் என்கிறாள். ஒரு வாடகைக் காரில் செல்கிறோம். அம்மா சொல்கிறாள், பிணமே என்றாலும் அது மாமியாரின் பிணமல்லவா.

36. இம்முறை பாட்டி அவளுடைய கனவில் வரவில்லை. என் கனவில் வருகிறாள். அவள் உயிரோடு இருக்கும் போதும் அவள் இறந்த பிறகும் கூட ஒருமுறையும் அவள் என் கனவில் வருவதில்லை. சிவப்பு நிற சேலை வேண்டும் என்கிறாள். அம்மா என் கனவை நம்பவில்லை. நான் பொய் சொல்கிறேன் என்கிறாள். மேலும் ஒரு வாரம் காத்திருந்து பாட்டி அவளுடைய கனவில் வந்து சேலை நிறத்தை சொல்லவில்லை என்பதால் சிவப்பு நிற சேலை எடுக்கலாம் என்கிறாள்.

37. என் அப்பாவின் புகைப்படத்திற்கு ஒரு நாமம். மற்ற எல்லா முன்னோர்களுக்கும் பொதுவாக முகம் பார்க்கும் கண்ணாடியை வைத்து அதில் ஒரு நாமம். சனிக்கிழமைகளில் தலைக்குளித்து தன் கறுத்த நெற்றியில் நாமத்தைப் போட்டு பெருமாள் கோயிலுக்குச் செல்கிறார் என் தாத்தா. புரட்டாசிக்கும் பொங்கலுக்கும் நாமம், யுகாதிக்கு இடித்த வெல்லமும் வேப்பிலைக் கொழுந்தும். உள்ளங்கையில் குழைத்திருந்த குங்குமத்தை ஒரு ஈர்க்குச்சியில் எடுத்து என் நெற்றியில் இடுகிறார். பிறகு நாமக்கட்டியைக் குழைத்து இருகோடுகளை இழுத்து கீழ் முனைகளை இணைக்கிறார். காயும் வரை என் நெற்றியில் புரளும் முடியை மேலே தூக்கி வைத்திருக்கச் சொல்கிறார். அம்மாவிற்கு நான் நாமம் போடுவதில்லை என்பது என் மீதான அவளுடைய மற்ற வருத்தங்களோடு மற்றொன்று.

38. அம்மா பூசை செய்ய மாட்டாள். படையல் வைத்து தேங்காய் உடைத்து, வாழைப்பழத்தில் ஊதுபத்தி சொருகி வைக்கிறேன். பற்ற வைத்த சூடத்தை தட்டில் ஏந்தி மூன்று சுற்றுகள் சுற்றச் சொல்கிறாள். ஆணும் பெண்ணுமாக என்னுடைய முன்னோர்கள் அத்தனை பேரும் கண்ணாடியில் திரள்கிறார்கள். பல ஆண்டுகளாக நான் கேட்டிராத குரல்கள் கண்ணாடியிலிருந்து கேட்கின்றன. கூட்டமாகத் திரண்டு பறக்கும் பறவைகளின் சிறகடிப்பு ஓசை. ஒவ்வொரு குரலும் என்னை 'கொடுஹா' (மகனே) என்று அழைக்கின்றன. என்னையும் அறியாமல் நான் அழுகிறேன்.

39. அம்மாவிற்கு வியப்பு ஓயவில்லை. என்னை ஒருமுறை கூட அப்படிப் பார்த்தில்லை என்கிறாள். எத்தனையோ முன்னோர்கள், அத்தனை பேரும் வந்து சோற்றை எடுத்துக்கொள்ளுங்கள் என்கிறாள். கண்ணாடியின் உள்ளேயிருந்து ஒரு சலசலப்பைக் கேட்கிறேன்.

40. மோசமான வாழ்வை அளித்தமைக்காக குற்றம் சாட்டாதவரை முன்னோர்களாக இருப்பது

சுமையற்றதென்று நினைக்கிறேன். நீத்தார் சாபங்களை சுமப்பதில்லை.

41. ஒவ்வொரு ஆண்டும் அடுத்த முறை ஆட்டுக்கறி சமைத்து படையலிட வேண்டும் என்கிறேன். அம்மா அதற்கு மறுக்கிறாள்.

42. கிணற்றிலிருந்து உயிர்த்து வந்தவர்களின் ஊரில் ஆடுகள் என் கொள்ளுத்தாத்தாவின் குடும்பத்தைக் காக்கின்றன. மாட்டு வண்டியின் பின்கட்டையில் ஆடுகளைப் பிணைத்து அவர் ஊருக்கு வந்த நாளில் அதுவரையிலும் இல்லாத மழை பெய்ததாகச் சொல்கிறார் என் தாத்தா. ஆடுகள் நடந்த தடமெங்கும் மழை பெய்த சேற்றில் அவற்றின் குளம்படிகள் நீங்காதிருக்கின்றன.

43. என் தாத்தாவின் குடும்பத்தையும் எங்கள் குடும்பத்தையும் காக்கும் தாவரம் பருத்தி. தாத்தா இரட்டை மாட்டு வண்டியை சொந்தமாக்கி பருத்தியை சந்தைகளுக்கு ஏற்றிச் செல்கிறார். ஸ்பின்னிங் இயந்திரத்தில் ஓடும் நூல் அறுந்து விட்டால் முடிச்சிடும் வேலை அப்பாவிற்கு. அதை இலத்தாடு என்பார்கள். இலட்சக்கணக்கான முடிச்சுகளால் நிறைந்தது அவரது வாழ்க்கை. இலக்கணப் பிழையும் எழுத்துப் பிழையும் திருத்தும் வேலையில் அறுந்து விழும் சொற்களை முடிச்சிடும் வேலையை நான் செய்கிறேன்.

நான்கு

44. ஒரு சனிக்கிழமை செம்பருந்தை என் வீட்டருகே பார்க்கிறேன். கடம்ப மரத்திலிருந்து இறங்கி மின்கம்பத்தின் முனையில் அமர்கிறது. பெரிய பருந்து. எப்போதும் தன் இலக்கில் மட்டுமே குவிந்திருக்கும் அதன் கவனமும் அது அமர்ந்திருக்கும் உயரமும் என்னை மதிப்பற்றவனாக உணரச் செய்கின்றன.

45. நான் ஒரு செம்பருந்தாக விரும்புகிறேன். இருபுறங்களிலும் சிறகுகள் முளைத்து, நம்மால் பறக்க முடியாத உயரத்தில் பறந்து, தொலைவில்

இருந்து தன்னுடைய இரையை மட்டுமே தேடும் ஒரு செம்பருந்தாக.

46. அபூர்வத்தின் காரணமாகவே மதிப்பைப் பெற்றுவிடும் செம்பருந்தைப் பார்த்தால் கன்னத்தில் போடுகிறாள் அம்மா. பாட்டியை புதைக்கச் சென்ற நாளில் மேலே வட்டமிட்டுப் பறக்கிறது ஒரு செம்பருந்து. பாட்டி வைகுண்டத்திற்கே செல்வாள் என்கிறாள் பெரியம்மா.

47. ஊர்ப்பருந்துகளை பெங்களூரில் சாக்கடை ஓடும் எல்லா இடங்களிலும் பார்க்கலாம். என் வீட்டிலிருந்து அலுவலகம் செல்லும் வரையிலும் இரண்டு பெரிய சாக்கடைக் கால்வாய்களைக் கடக்கிறேன். பருந்துகளின் சீழ்க்கை ஒலியை இருசக்கர வாகனத்தை நிறுத்திக் கேட்கிறேன். சாலையைக் கடக்கும் பறவைகளின் நிழலைக் கண்டு தலை தூக்கி பருந்தா எனப் பார்க்கிறேன்.

48. எனக்கே என்னை நினைத்து வியப்பாக இருக்கிறது. அன்றாடத்தின் சலிப்பா? நாஸ்டால்ஜியாவா? சராசரித்தனமான நாட்களின் சலிப்பூட்டச் செய்யும் வேலையைத் தாங்கிக்கொள்ள உதவும் கற்பனையா?. அலுவலகத்தில் என் அருகே அமர்ந்திருக்கும் மேற்கு வங்கத்தைச் சேர்ந்தவன் கேட்கிறான், ஏன் நான் பலமுறை எங்கோ பார்த்து புன்னகைக்கிறேன் என்று.

49. இது நாஸ்டால்ஜியா அல்ல. நிலையத்தைக் கடந்து செல்லும் இரயிலின் அதிர்வுகளும்,வேகமும் நிலையத்தில் சிறிது நேரம் உறந்திருப்பதைப் போல அல்லது மூன்று நூற்றாண்டுகளுக்கு முன்பு எழுதிய நூல் ஒன்றை வாசிக்கத் தொடங்குவதைப் போல.

50. என் தாத்தா அவருடைய இறுதிக்காலத்தில் ரேடியோவின் அருகேயே அமர்ந்திருக்கிறார். சொத்து எதையும் அவர் விட்டுச்செல்லாமல் இறக்கிறார். அந்த ரேடியோவை என் மற்றொரு சித்தப்பா தான் வாங்கிக் கொடுத்ததாகச் சொல்லி எடுத்துப்

போகிறார். தாத்தாவும் பாட்டியும் ஊரிலிருந்து இடம்பெயர்கிறார்கள். எடுத்துச் செல்வதற்கு துணிமணிகளும் பாத்திரங்களும் மட்டுமே. குத்தகை கொடுத்துக் குடியிருந்த தொட்டிக் கட்டு வீட்டை அவர்கள் சென்ற பிறகு உரிமையாளர் இடிக்கிறார். தையல்காரர் கடையிலிருந்து துண்டுத்துணிகளை அத்தை எடுத்து வந்து தாவணி சுற்றித்தரும் மரப்பாச்சி பொம்மையை கறுத்திருந்த விட்டத்தின் மேலே வைத்து அதனடியே உறங்குகிறேன். சரிந்த மரத்தூண்களையும், விட்டங்களையும், மரக்கதவுகளையும் விறகுக்காகப் பிளக்கலாம் வீட்டை உடைத்தவர்கள். தாவணி சுற்றிய மரப்பாச்சி பொம்மை யாருடைய கைகளுக்குப் போகிறதென்று தெரியவில்லை.

ஐந்து

51. அம்மாவைப் பார்க்க பெரியம்மா வருகிறாள். என் பெரியப்பாவின் மனைவி. அவள்தான் இறுதிக்காலத்தில் காலொடிந்து படுக்கையில் கிடந்த என் தாத்தாவிற்கு பணிவிடைகள் செய்கிறாள். ஆஸ்துமாவால் மூச்சிரைத்து தன்நினைவின்றி வேட்டி அவிழ்ந்து கீழே கிடக்கிறார் தாத்தா. குறி தெரிய விழுந்து கிடப்பவரின் வேட்டியை மூடுகிறாள் பெரியம்மா. இரவு ஷிஃப்ட் முடிந்து பகலில் உறங்குகிறார் அப்பா. அணிந்திருந்த வேட்டியைத் தாண்டி அவரது விறைத்த குறி வெளியே தெரிகிறது. சோஃபாவில் படுத்திருக்கும் அம்மா பதறிப்போய் வேட்டியை மூடி போர்வையை போர்த்துகிறாள். கண்விழிக்கும் போது தொடைகளின் நடுவே நான் உணரும் 'காலைநேர மரக்கட்டை' சிறு பெருமிதத்தை அளிக்கிறது.

52. விவிலியத்தில் சொல்லப்படுவதைப் போல என் கொள்ளுத்தாத்தா, கொள்ளுப்பாட்டியை அறிந்து எட்டு குழந்தைகள் பெற்றார். என் தாத்தா, பாட்டியை அறிந்து ஆறு குழந்தைகள் பெற்றார். என் அப்பா, அம்மாவை அறிந்து என்னைப் பெற்றார். பெரியம்மா எனக்குப் பெண் பார்க்கும் விசயமாகத்தான் அம்மாவைப் பார்க்க வருகிறாள்.

53. பெங்களூரில் வேலை பார்க்கும் பெண்களில் எங்கள் சாதியைச் சேர்ந்த பெண்களைத் தேடச் சொல்கிறார். என் தொப்பையைப் பார்க்கிறாள். நான் எடையைக் குறைப்பது நல்லது என்கிறாள். அவள் எப்போது என்னை பார்த்தாலும் குறைந்த ஊதியம் வாங்கும் வேலையை விட்டு வேறு வேலையைத் தேடு எனச் சொல்வதையும் ஒரு கார் வாங்கச் சொல்வதையும் வாடிக்கையாகக் கொண்டிருக்கிறாள். எனக்கென்று சொந்த வீடும் காரும் இல்லை என்பது எனக்கு வரன் பார்க்கத் தடையாக இருப்பதாகச் சொல்கிறாள்.

54. ஒரு பிளைமவுத் கார் குளத்தின் இரு கரைகளைச் சுற்றி தார் சாலையில் செல்கிறது. காரைப் பார்த்ததும் எழுந்து நின்று கைதட்டுகிறேன். தூரத்து உறவினரின் ‘பிளஷர்’ என்கிறார் தாத்தா. திருமணமாகிச் செல்லும் அக்காக்கள் அம்பாஸடர் காரிலிருந்து இறங்கி வீட்டிற்குள் சென்ற பிறகும் நான் இறங்காமல் பிடிவாதமாக அமர்ந்திருக்கிறேன். அக்காக்களின் மடியைக் காட்டிலும் மென்மையான இருக்கைகள் உடைய கார்.

55. தாத்தாவின் வாரிசுகளில் நான் மட்டுமே வீடும் காரும் இல்லாதவன் என்கிறாள் பெரியம்மா. என் தாத்தாவோடு உடன்பிறந்தவர்கள் அனைவருக்கும் சொந்தமாக வீடு இருந்தது. என் அப்பவோடு பிறந்தவர்களுக்கும். நான் என் தாத்தாவின், அப்பாவின் விதியை சுமப்பவனாக ஆகக்கூடாது என்கிறாள் பெரியம்மா.

56. தெரிந்துகொள்ள முடிகிற வரையிலுமான முன்னோர்களின் வரிசைக்கு அப்பால் பிறந்தவர்கள், புகைமூட்டமான இருண்மையில் மறைந்து போகிறார்கள். ஒரு குறிப்பிட்ட அளவிலேனும் நம்முடைய கலந்த காலம் தெளிவின்மையில் இருந்து தொடங்கியதாக இருக்கிறது.

57. கருடன் சிலையை வீட்டில் வைக்கலாமா என்று அம்மா அவளிடம் கேட்கிறாள். அப்படி ஒரு வழக்கம்

நம்மிடையே இல்லையே என்கிறாள் பெரியம்மா. அவளிடம் நான் சில மாதங்களாக கருடன் சிலையைத் தேடுகிறேன் என்கிறாள் அம்மா. பெரியம்மா விடுமுறை தினங்களில் வீட்டில் உட்கார்ந்து இணையத்தில் பெண் தேடச் சொல்கிறாள்.

ஆறு

58. புத்தாண்டு கொண்டாட்டத்திற்கு புகழ்பெற்ற பிரிகேட் சாலையில் கிறிஸ்துமஸிற்கு முந்தைய இரவு வேடிக்கை பார்ப்பதற்காக நானும் என் அலுவலக நண்பனான மேற்கு வங்கத்தைச் சேர்ந்தவனும் செல்கிறோம். குறைவான ஆடை அணிந்து வரும் பெண்கள், எல்லோரும் அதிர்ச்சியில் உறையும் வண்ணம், கூட்டத்தினால் போக்குவரத்து தடை செய்யப்பட்ட சாலையின் நடுவே நடக்கிறார்கள். ஆண்களும் பெண்களும் தெளித்துவரும் பெர்ஃப்யூம்களின் மணத்தில் அந்தப் பகுதியே கிறங்கிக் கிடக்கிறது. பணியிலிருக்கும் போலீஸ்காரர்கள் கூட்டத்தின் மீது ட்ரோன் ஒன்றைப் பறக்க விடுகிறார்கள். இறுக்கமான உடையணிந்த இளம் போலீஸ்காரி ஒருத்தி காதுகளை மறைக்கும் வண்ணம் இருபுறமும் கூந்தலை தளர்வாக ஒதுக்கியிருக்கிறாள். அவள் சட்டையின் உலோக வில்லைகள் தெருவிளக்குகளின் வெளிச்சத்தில் மின்னுகின்றன. சில பெண்கள் பிளாஸ்டிக்கையும் சிவப்புநிறத் துணியையும் பிணைத்துச் செய்த மான்கொம்புகளைத் தலையில் வைத்திருக்கிறார்கள். தொடைகள் தெரிய நடக்கும் பெண்களை சிறிது தூரம் நானும் என் அலுவலக நண்பனும் பின்தொடர்கிறோம். அவர்கள் எல்லோரும் எதிர்காலத்திலிருந்து இறங்கி வருபவர்களைப் போல யாரையும் பொருட்படுத்தாமல் சாலையில் நடக்கிறார்கள். பெண்களின் தோளில் கைபோட்டு வரும் ஆண் நண்பர்களின் முகங்கள் இறுக்கமாக இருக்கின்றன. இந்த உலகை சிறுசிறு துண்டுகளாக பிறப்பிக்கும் பெண்கள் அந்த உலகையே சிறுசிறு துண்டுகளாக உண்ணவும் செய்கிறார்கள்.

வயதாகும் ஆண்கள், பெண் வெறுப்பாளர்களாக மாறுகிறார்கள். நாட்டத்திலிருந்து உதாசீனமாக அவர்களுக்கு இடையிலான உறவு மாறுகிறது. என் கண்ணெதிரே கையில் வைத்திருக்கும் பழச்சாறை காகித உறுஞ்சுகுழாயில் உறிஞ்சி முடிக்கிறாள் ஒரு பெண். லிப்ஸ்டிக் அழிந்திருக்கிறதா என்று செல்பேசிக் கேமராவில் பார்க்கிறாள்.

59. குப்பைத்தொட்டிகள் நிரம்பி வழிகின்றன. சாலையெங்கும் குப்பைகள். என் அலுவலக நண்பனிடம் சொல்கிறேன், இந்த தருணத்தின் ஒரே எதார்த்தம் தவிர்க்க முடியாத கூட்டத்தின் ஒரு பகுதியாக நாம் இருப்பது மட்டுமே. இந்த உலகை நம்பும் தண்டனை நமக்கு வழங்கப்பட்டிருக்கிறது. எல்லா உணர்வுகளிலும் துயரார்த்தம் மட்டுமே நம்பத்தகுந்ததாக இருக்கிறது. கூட்டத்தில் நான் துயரார்த்தமாக உணர்கிறேன், தனியே இருக்கும்போது துயரார்த்தமாக உணர்கிறேன், நான் நினைக்கிறேன் அப்படி உணரும்போது மட்டுமே வாழ்க்கை நம்பத் தகுந்ததாக இருக்கிறதென்று.

60. உலகை வியாக்கியானம் செய்வதைப் போல சலிப்பான வேலை ஒன்றுமில்லை. வியாதி என்னவென்றே நோயுற்ற உலகிற்கும் தெரியாது, அதைக் குணப்படுத்த விழையும் மருத்துவர்களுக்கும் தெரியாது.

61. அத்தனை இரைச்சல்களுக்கு நடுவேயும் என் செல்பேசியின் நோட்டிஃபிகேசன் ஒலியைக் கேட்கிறேன். கடந்த முறை உள்ளாடை வாங்கிய கடையிலிருந்து புதிய அறிவிப்பு ஒன்று வருகிறது. நூற்பாலை வேலைநிறுத்தக் காலங்களிலும் அப்பா சோர்வில்லாமல் இரவும்பகலும் வேறு நூற்பாலைகளில் கூலி வேலைக்குச் செல்கிறார். சாலை மறியலுக்காக போலீஸ்காரர்கள் வேனில் அவரை ஏற்றும்போதும் அவர் முகத்தில் பயமில்லை. கூட்டத்தில் ஒருவனாக இருப்பதின் துணிச்சல். மாதச் சம்பளக்காரனாக இருந்து கூலியாக மாறுவதற்கு அவர் ஒருநாளும் தயங்கியதில்லை.

62. மேற்கு வங்கத்தைச் சேர்ந்தவனான என் அலுவலக நண்பன் விடைபெற்றுச் செல்கிறான். கூட்டத்தின் நடுவேயிருந்து என்னுடைய வண்டியை நிறுத்தியிருந்த இடம் நோக்கி நகர்கிறேன். பளிச்சென முகப்பூச்சுகள் அணிந்த பெண்கள் அப்போதும் வாகனங்களில் இருந்து இறங்குகிறார்கள். கொட்டும் பனியில் மயிர்க்கால்கள் சிலிர்க்கின்றன.

ஏழு

63. கர்நாடகா சித்ரகலா பரிஷத்தில் 'சித்ர சந்தே' கூடுகிறது. ஓவியங்கள் அறைகளிலும், படிக்கட்டுகளிலும், நடைபாதையிலும் மரங்களின் அடியிலும் நிறைந்திருக்கின்றன. நான் கருடன் ஓவியம் ஒன்றைத் தேடுகிறேன். ஒன்றிரண்டு கருடன் ஓவியங்கள் பார்க்கக் கிடைக்கின்றன எனினும் நான் விரும்பும் வகையில் கருடன் மட்டும் தனியாக இல்லை. பெருமாள் அதன் முதுகில் அமர்ந்திருக்கிறார். கிணற்றில் எழும் வளையங்களைப் போல ஒவ்வொருவரின் விருப்பங்களும் மோதி மோதி உடையும்

உலகம் பெருமாளோடு வெகுகாலம் வாழ்ந்த பிறகும் அது விரும்பும் வகையில் எதுவும் மாறியிருக்கவில்லை.

64. ஓவியங்களைப் பார்த்து திகட்டிய கண்களோடு நுழைவாயிலுக்கு அருகே வருகிறேன். கறுப்பு வெள்ளை நிறங்களில் விலங்குகளின் ஓவியங்களை வரைந்து சுவரில் சாய்த்து நிறுத்தியிருந்த இளைஞன் எதையோ வரைவதற்கு முனைகிறான். அவன் அருகே நான் வந்து நிற்பதை கவனிக்கவில்லை. அவன் தோளைத் தொட்டுக் கேட்கிறேன், இவை என்ன வித்தியாசமாக இருக்கின்றனவே?.

65. கோண்டுகள் விலங்கு வழிபாட்டாளர்கள். அவர்களுடைய பாடல்களில் குறிப்பிடப்படும் விலங்குகளின் நிலையில் ஓவியம் வரைபவர்கள். அவனிடம் கேட்கிறேன், கருடன் ஓவியம் இருக்கிறதா?. அவனுடைய முகத்தைப் பார்க்காமல் என் கண்கள் ஓவியங்களைத் தேடுகின்றன.

66. கோண்டு ஓவியன் கேட்கிறான், உனக்கும் ஜூலட்ரியில் நம்பிக்கை இருக்கிறதா?. நான் எந்த வழிபாட்டிலும் நம்பிக்கை அற்றவன் என்கிறேன். பிறகு ஏன் கருடன் ஓவியத்தைக் கேட்கிறாய்?. என் முன்னோர்களின் நினைவாக. அவர்கள் கருடனை வழிபடக் கூடியவர்களா?. சனிக்கிழமை தோறும் பெருமாள் கோயிலுக்குச் செல்லும் என் தாத்தா மிளகு நிறைந்து, நெய் குறைந்திருக்கும் வெண் பொங்கலை கைநிறைய வாங்கிவந்து அவர் வீட்டிலிருக்கும் பேரக்குழந்தைகளுக்குத் தருகிறார். எல்லாக் குழந்தைகளும் நாமம் போட்டிருக்கின்றன. இல்லை பெருமாளை வழிபடக் கூடியவர்கள், கருடன் சிலையைத் தேடி எனக்குப் பிடித்ததாக எதுவும் கிடைக்காததால் ஓவியத்தைத் தேடி வந்தேன்.

67. என்னிடம் மாடல் எதுவும் இருக்கிறதா எனக் கேட்கிறான். இல்லை ஆனால் பார்ப்பதற்கு வசீகரமாகவும் கம்பீரமாகவும் இருக்க வேண்டுமென்று சொல்கிறேன். முன்பணம் கேட்கிறான். இரண்டாயிரம் ரூபாயைக் கொடுக்கிறேன். அவனுடைய எண்ணைப் பெற்றுக்கொண்டு வீடு திரும்புகிறேன்.

68. இரண்டு நாட்களில் ஓவியம் கைக்குக் கிடைக்கிறது.

எட்டு

69. அம்மா கேட்கிறாள், எதற்காக நான் ஊருக்குப் போகிறேன் என்று. அவளிடம் பதில் ஏதும் சொல்லவில்லை. என் படுக்கையறை சுவரில் தொங்கிக்கொண்டிருக்கும் கருடன் ஓவியத்தை துணிகளுக்கு நடுவே வைக்கிறேன். அது என்னைச் சுமந்து எப்போதும் ஊர்மீது பறக்கிறது. நிலங்களில் குனிந்திருப்பவர்களை, கோவில் திருவிழாக்களில் ஈடுபட்டிருப்பவர்களை, பயிர்களை, உறங்கும் குழந்தைகளின் நடுவே புணர்ச்சியில் ஈடுபடுபவர்களை, தண்ணீரை, இரயில்வரும் காலத்திற்கு முன்பு வாழ்பவர்களை, சண்டையிடுபவர்களை, பிரசவிக்கும்

பெண்களை, கால்நடைகளை, தொற்று நோயால் இறக்கின்றவர்களை ஒருசேரப் பார்க்கிறேன்.

70. எல்லாக் காலங்களும் ஒரே சமயத்தில் சிறந்தவையாகவும் மோசமானதாகவும் இருக்கின்றன. என்னுடைய சிறந்த காலத்தில் மோசமான வாழ்வை வாழ்கிறேன் அல்லது மோசமான காலத்தில் சிறந்த வாழ்வை வாழ்வதாகக் கனவு காண்கிறேன். என்னுடைய முன்னோர்களின் அதே போராட்டத்தை நானும் நிகழ்த்துகிறேன் என்றாலும் எனக்கு உதவ முடியாத தூரத்தில் அவர்கள் செல்கிறார்கள்.

71. அம்மாவிடம் கருட ஓவியத்தைக் காட்டும் போது அழகாக இருப்பதாகச் சொல்கிறாள். பெருமாள் அமர்ந்திருப்பதைப் போல வாங்கியிருக்கலாம் என்கிறாள்.

72. பனிக்காலம் இன்னும் முடிந்திருக்கவில்லை. வெளிர் சாம்பல் நிறத்தில் ஊரின் மீது மிதக்கிறது மூடுபனி. பல் துலக்கி வந்ததும் சித்தி காஃபி போட்டுக் கொடுக்கிறாள். சித்தப்பாவும் ஒரு சகோதரனும் உறங்குகிறார்கள். என்னோடு கிணற்றைப் பார்க்க வந்தவன் கண்விழித்திருக்கிறான்.

73. அவனை அழைத்துக்கொண்டு கிணற்றடிக்குச் செல்கிறேன். வயல்வேலைகளுக்குச் செல்பவர்களில் சிலர் பீடிப்புகையை மெலிதாக வீசும் காற்றில் விடுகிறார்கள். கிணற்றடி அதிகக் குளிராக இருக்கிறது. நிழல் மூடியிருந்த தண்ணீர் எதுவோ பேச விரும்பித் தளும்புவதைப் போல உணர்கிறேன்.

74. கையில் வைத்திருந்த கண்ணாடிச் சட்டமிட்ட கருட ஓவியத்தை காற்சட்டையில் வைத்திருக்கும் சணல் கயிற்றால் ஒரு கல்லில் கட்டி கிணற்றில் வீசுகிறேன். என் சகோதரன் அதிர்ச்சியாகப் பார்க்கிறான். அவன் எனக்குப் பைத்தியமா என்று கேட்கிறான். அவனுக்கு பதில் சொல்லவில்லை.

75. காலை உணவாக இட்லியும் ஆட்டுக்கறியும் சமைக்கிறாள் சித்தி. பின் எப்போதாவது சணல் கயிறு

இற்றுப்போய் ஓவியம் மேற்பரப்பிற்கு வரும். அதைப் பார்ப்பவர்கள் அதிசயமான ஒன்றைப் பார்க்கிற கதையை ஊருக்கே சொல்வார்கள்.

76. அடுத்த நாள் காலை மடிவாளாவில் நிற்கிறது பேருந்து. அதிலிருந்து இறங்குகிறேன். அதிகாலையிலும் சந்தடி மிக்கதாக இருக்கிறது மடிவாளா. ஊபர் பதிவு செய்துவிட்டுக் காத்திருக்கிறேன். எப்போதும் கூட்டமாக இருக்கிறவர்கள் என் முன்னோர்கள். தங்கள் முதுகில் எல்லாவற்றையும் சுமக்கிறார்கள். பெருமாளின் எடை கருடனுக்கு மட்டுமே தெரியும். ஊர்ப்பருந்துகளைப் போல கூட்டத்தின் துணையோடு எல்லாவற்றையும் கடந்தார்கள். நடுங்கச் செய்யும் குளிரில் என் விருப்பங்களும் என் காலத்தின் தேவைகளும் உருவாக்கும் நிறைவின்மையை எனது தனிமையாக உணர்கிறேன்.

77. ஊபர் என்னை நோக்கி வருகிறது. கையில் வைத்திருக்கும் செல்பேசியைப் பார்க்கிறேன். என் கழுத்து வெண்ணிறமாக மாறுவது அதன் திரையில் தெளிவில்லாமல் தெரிகிறது. நான் முதுகைத் தொடுகிறேன்.

குறிப்பு :

பல்வேறு வடிவங்களில் முனைந்த இக்கதையின் ஒவ்வொரு பத்திக்கும் எண்களிடுவதை ஜே.எம்.கூட்ஸியின் அண்மைக்கால நாவலான 'த போல்' என்பதை அடியொற்றிச் செய்தேன். அவர் இந்தப் புதுமையை செய்தவர் அல்ல. அவருக்கு பல ஆண்டுகளுக்கு முன்பாக ஹங்கேரிய எழுத்தாளரான பீட்டர் எஸ்டெர்ஹாசி 'செலஸ்டியல் ஹார்மொனிஸ்' எனும் நாவலின் முதல் பகுதியை, ஒவ்வொரு பத்திக்கும் எண்களிட்டு எழுதியிருக்கிறார்.

'காலைநேர மரக்கட்டை', 'மார்னிங் வுட்' என்பதன் தமிழாக்கம். அதன் உடற்கூறியல் பெயர் 'Nocturnal penile Tumescence'.

***

6. தொடுகை

Again, if two lie together, then they have heat: but how can one be warm alone? – Ecclesiastes

1

அந்த ஆண்டின் எந்த நாளிலும் நான் மகிழ்ச்சியாக இருந்திருக்கவில்லை. ஒவ்வொரு நாளிலும் மகிழ்ச்சியைக் காட்டிலும் நான் தூக்கத்திற்காகவே, எதைப் பற்றியும் கவலை இல்லாத குறிப்பாக எதிர்காலத்தைப் பற்றிக் கவலை இல்லாத தூக்கத்திற்காகவே நான் ஏங்கியிருந்தேன். என் உடலின் விளக்க முடியாத அமைதியில் அதன் தசைத்துண்டுகள், முதன்முறை கீழே விழுந்து காயத்திலிருந்து வழியும் இரத்தத்தைப் பார்த்துப் பதறி அழும் குழந்தைகளின் குரலில் என்னிடம் உதவி கேட்டுக் கதறியது இன்றும் என் நினைவுக் குகையின் ஆழத்தில் எதிரொலிப்பதைக் கேட்க முடிகிறது.

நானும் என் மனைவியும் ஒன்பது மாத விவாதங்கள், சண்டைகள், குற்றச்சாட்டுகள், சமாதான முயற்சிகளுக்குப் பிறகு பரஸ்பர விவாகரத்துப் பெறுவதென்று முடிவுசெய்த நாளில் நாங்கள் வசித்த வீட்டிலிருந்து அவள் வெளியேறினாள். அந்த வீடு இரண்டு தளங்கள் உடைய கட்டடத்தின் மொட்டை மாடியில் இருந்தது. ஆடைகளை ஓர் அமெரிக்கன் டூரிஸ்டர் பையிலும், மடிக்கணினியை வலது தோளிலும், கைப்பையை இடது தோளிலும் தொங்கவிட்டு என் மனைவி மாடிப்படியிறங்கி போன நாளில் அவள் வெங்காயச் சருகுநிற சுடிதார் அணிந்திருந்தாள். நினைவுகளின் நாடகத்தில் இந்தக் காட்சி ஒவ்வொரு முறையும் மாற்றமில்லாமல் முதன்முறை நிகழ்ந்ததைப் போலவே நிகழ்வதால் என்னுடைய முன்னாள் மனைவி சற்று நேரம் முன்புதான் மாடிப்படியிறங்கிப் போனதைப் போலத் தோன்றுகிறது எனினும் இவையெல்லாம் நடந்து பதினொரு ஆண்டுகளுக்கும் மேலாகிவிட்டது.

அவளுடைய பைகளை ஆட்டோவில் வைக்க தெருவில் காத்திருந்த ரேணுகா உதவினாள். என் மனைவி தலை தூக்கி என்னைப் பார்ப்பாள் என கைப்பிடிச் சுவருக்கு அருகே நின்று தெருவைக் குனிந்து பார்த்திருந்த நான் எதிர்பார்த்தேன். அதற்குப் பிறகும் வசந்த் நகரில் இருக்கும் வழக்குரைஞர் அலுவலகத்தில், சித்தையா சாலையில் இருக்கும் குடும்ப நீதிமன்றத்தில் அவளைச் சந்தித்திருப்பதால் அவள் என்னைப் பார்க்காமல் ஆட்டோவில் ஏறிச் சென்றதை நான் ஏமாற்றமாகக் கருதுவதில்லை.

தெருமுனையில் திரும்புவதற்கு முன் ஆட்டோ விளக்குகளை ஒளிரவிட்டது. அதனைத் தொடர்ந்து தெருவிளக்குகள், நகரின் உயரமான கட்டடங்களின் கண்ணாடிச் சுவர்களுக்கு உள்ளே ஒளிரும் விளக்குகள், மேகங்கள் இல்லாத இரவு வானின் விளக்குகளும் ஒன்றன்பின் ஒன்றாக ஒளிர்ந்தன.

குளிர்காலத்தின் ஓதம் தோய்ந்து சோர்வடைந்திருந்த நாட்களில் அதுவும் ஒன்று. வீட்டருகே அசைவில்லாமல் நின்றிருந்த அசோக மரத்தின் இலைகளை அறைந்துவிட்டு வீட்டிற்குள் சென்று படுக்கையில் விழுந்தேன். வார்ட்ரோப்பில் என்னுடைய ஆடைகள் வைக்கப்பட்டிருந்த தட்டுக்களைத் தவிர வெறுமையாக இருந்த எஞ்சிய தட்டுக்களை வெகுநேரம் பார்த்திருந்தேன். படுக்கை அறையில் ஆழமாகப் பரவியிருந்த குளிரில் உடல் நடுங்கினேன். அந்த இரவை நடுக்கத்தின் துணையோடு கடந்தேன்.

2

என் அலுவலகம் செய்ண்ட் மார்க் சாலையில் பிஷப் காட்டன் பெண்கள் பள்ளிக்கு எதிரே இருந்தது. பச்சை நிற சீருடை அணிந்திருந்த சிறுமிகள் பள்ளியை விட்டு வெளியேறுவதை நான் கண்ணாடி ஜன்னலுக்கு அருகே நின்று கவனமின்றிப் பார்த்திருந்தேன். அன்று வீட்டிற்குக் கிளம்புவதற்கு முன்பு வழக்குரைஞர் ஒருவரோடு பேசி அவருடைய எண்ணை என்னிடம்

கொடுத்த விஜயசந்திரன் என்னுடைய தோளைப் பிடித்து உலுக்கினார். சற்று தடுமாறி ஏதோவொரு காலத்திலிருந்து தற்கணத்திற்குத் திரும்பினேன். பச்சை நிறச் சீருடை அணிந்திருந்த சிறுமிகள் சிரிப்பும் உற்சாகமுமாக பள்ளியில் இருந்து வெளியேறுவது ஒரு யுகாந்திரத்திற்கும் நிற்கவில்லை. மாலை விளக்குகளின் ஒளியில் அவர்கள் ஒவ்வொருவரும் நடனமிடும் நிழலுருக்களாக அசைந்து மறையும் வரை அவர்களைப் பார்த்து நிற்க விரும்பினேன்.

விஜயசந்திரனுக்கு எனக்கும் என்னுடைய மனைவிக்கும் இடையேயான பிரச்சனை ஓரளவுக்குத் தெரிந்திருந்தது. வேலையில் கவனமில்லாமல் நான் செய்யும் சிறுசிறு தவறுகளாலும், எங்கோ நிலைகுத்தி நிற்கும் என்னுடைய பார்வைகளையும் தொடர்ந்து கவனித்தவர் ஒருநாள் சிகரெட் பிடித்தவாறே என்னுடைய பிரச்சனை என்னவென்று கேட்டார். அவரிடம் சொன்னேன். இரண்டு முறை என் மனைவியிடம் அவர் சமாதானம் பேசினார். வழக்குரைஞரின் எண்ணைக் கொடுப்பதற்கு முன்பாக நாங்கள் பரஸ்பர விவாகரத்துப் பெறுவது என்கிற முடிவை எட்டிவிட்டதாக அவரிடம் சொன்னதற்கு அறிவுரை சொல்லாமலும், சேர்ந்து வாழ்வதை வலியுறுத்தாமலும் அமைதியாக இருந்தார். யாரும் எங்களுடைய முடிவை பின்னுக்கு இழுத்து பரமபதத்தின் முதல் சதுரத்திற்கு எடுத்துச் செல்வதை நான் விரும்பவில்லை. எங்களுடைய முடிவு அதற்கென்று ஒரு வாழ்வைப் பெற்று வளரத் தொடங்கியிருந்தது. நிலத்திலிருந்து குமிழியிட்டு எழும் ஒரு தாவரத்தைப் போல, கண் விழிக்கும் ஓர் இலைப்புழுவைப் போல.

3

எனக்கு மட்டுமல்ல, என் மனைவிக்கு உதவி செய்வதற்கும் இந்த நகரில் சிலர் இருந்தார்கள். ரேணுகாவின் வீட்டில் அவள் தங்கியிருப்பாள் என்று யூகித்திருந்தேன். திருமணத்திற்கு முன்பு

அவள் தனியாகத் தங்கியிருந்த அறைக்கு அல்லது மாதவாடகை விடுதியில் கூட அவள் தங்கியிருக்கலாம். விவாகரத்திற்கு முன்பு நாங்கள் பிரிந்திருந்த நாளில் அவள் எங்கே தங்கியிருந்தாள் என்பதைத் தெரிந்து கொள்வதற்கு நான் முயற்சிக்கவில்லை என்றாலும் அவள் எங்கே இருப்பாள் என யோசிப்பதை நான் நிறுத்தவில்லை. அவளுடைய நண்பர்களான ஆனந்த், அர்பிதா, ஷாஹித், மம்தா என இவர்களுடைய வீடுகளில் தங்கியிருக்கலாம்.

எல்லாப் பகல்களும் வெவ்வேறு விதமாக இருக்க, எல்லா இரவுகளும் ஒன்று போலவே இருந்தன. குளிர்ந்திருந்த சுவர்களின் பெட்டியில் நினைவுகளும் எதிர்காலத் திட்டங்களும் ஒன்றுக்கொன்று குழம்பி நான் தூக்கத்தை இழக்க ஆரம்பித்தேன்.

ஒரு செவ்வாய்க்கிழமை இரவு பதினோரு மணிக்கு என்னுடைய தோழியான சுப்ரதா அழைத்து, நான் தற்கொலை செய்வதாகக் கனவு கண்டதாகச் சொன்னாள். இவ்வளவு சீக்கிரமாகத் தூங்கி கனவும் கண்டு விட்டாயா?. அவளுடன் நீண்ட நேரம் பேசினேன். இப்படியொரு கனவிற்கு நானே காரணம் என்பதைப் போல அவளுடைய பேச்சு இருந்தது. இனியொரு முறை இதுமாதிரியான கனவு அவளுக்கு வராமல் செய்வது என்னுடைய பொறுப்பே என்பதைப் போலவும்.

மறுநாள் ஜெயநகர் கூல்ஜாய்ண்ட் பழச்சாறு கடையில் அவளையும் அவளுடைய கணவன் நித்தியானந்தையும் சந்தித்தேன். குளிர்கால மாலையிலும் பலரும் ஐஸ்கிரீம் தின்பதையும், பழச்சாறு அருந்துவதையும் பார்த்தேன். நாங்கள் மூவரும் சாண்ட்விட்ச் ஆர்டர் செய்தோம். நீ ஹிஸ்டீரியா வந்தவன் மாதிரி நேத்து பேசின. நான் அவள் பேசுவதைக் குறுக்கிடாமல் கேட்டேன். தனியாக இருக்காதே, நண்பர்கள் யாருடனாவது போய்த் தங்கு. நித்தியானந்த் அவள் சொல்வதைக் கேட்பதே எனக்கு நல்லதென்றான்.

இரவுநேரத் தெருக்களில் நடக்கையில் யாரோ துப்பியிருக்கும் எச்சிலை நக்கத் தோன்றுகிறது என்று நிம்ஹான்சில் மனநல ஆலோசகராகப் பணியாற்றி வந்த காயத்ரியிடம் சொன்னதற்கு அப்படித் தோன்றுகிறதா அல்லது நக்கிவிட்டாயா என்று கேட்டாள். உலர்வதற்கு முன்பாக, கொட்டப்பட்ட கருப்பு நிறத் திரவத்துளியின் சிதறலைப் போல் இருக்கும் எச்சிலின் சுவடை அல்ல, வெண்ணிற நுரை மிதக்கும் எச்சிலைப் பார்த்ததும் அது உலர்வதற்கு முன்பாக நக்கிவிடத் தோன்றும் உந்துதலை நான் அவளிடம் விளக்கினேன். பல நண்பர்களும் சொல்வார்கள் என்னால் என்னுடைய பிரச்சனையை சரியாக இனங்கண்டு, விளக்க முடிவதைப் போல அதற்கான தீர்வைத் தேடுவதில் என்னிடம் முனைப்பு இல்லையென. ஒரு வீக்கத்தை அமுக்கிப் பார்ப்பதைப் போல வாழ்வை வீங்க வைத்து அதனை அமுக்கிப் பார்ப்பதில் ஒருவித மகிழ்ச்சியை அனுபவிப்பது என்னுடைய பண்பாகவே மாறிவிட்டது.

தூக்கம் வராமல் நான் புரண்டு படுத்த சுருக்கங்கள் படிந்த வீட்டைக் காலிசெய்து வீட்டுச் சாமான்களை (ஒரு திவான் செட், சமையல் பாத்திரங்கள், எரிவாயு அடுப்பு, மிக்சி, ஒரு மேசைக் கணிணி, கிரைண்டர், இரட்டைப் படுக்கை, ஒரு மர மேசை, மூன்று மர நாற்காலிகள்) மடிவாளாவில் இருந்த பரணியின் அறையில் வைத்தேன். அவனுடைய அறை நண்பர்களுக்கு மேலும் அங்கே குப்பை சேர்வது பிடிக்கவில்லை என்று பின்னாளில் பொருட்களைத் திரும்ப எடுக்கச் சென்றபோது பரணி சொன்னான்.

வீட்டைக் காலி செய்கையில் ஒரு பிளாஸ்டிக் கூடையை நிறைத்திருந்த இசைக் குறுந்தகடுகளில் கீறல் விழுந்தவற்றைத் தனியாகப் பிரித்து குப்பையில் போட்டேன். அதிக விலை கொடுத்து வாங்கிய குறுந்தகடுகள். நான் ஓர் ஊதாரி என்பது என் மனைவியின் எண்ணம். இந்த உலகத்தின் எண்ணமும் கூட. அழகான படங்களுடன், நேர்த்தியான நிறங்களில்

அச்சிடப்பட்ட பெட்டிகளில் இருந்த குறுந்தகடுகளை குப்பையில் வீசும்போது என் மனைவியும் இந்த உலகமும் என்னை சரியாகவே கணித்திருப்பதாகத் தோன்றியது.

5

ஸ்ரீகாந்த்தின் இரண்டாவது பெயர் விநோதமானது. குல்லபோத்துரா. ஆந்திரா மாநிலம் சித்தூரைச் சேர்ந்த அவனுடைய வீட்டில் தங்கியிருந்தேன். அவன் மனைவி சௌம்யா மீன் முட்டைப் பொரியலைச் சுவையாகச் சமைப்பாள் என்று அவன் சொன்னதும் ஞாயிற்றுக்கிழமை சமைத்துத் தருகிறேன் என்றாள். சிவாஜி நகரில் இருந்த மீன் மார்க்கெட்டிற்கு அதிகாலையில் கிளம்பினோம். பனிக்காலம் முடிந்து விடியலின் பூச்சுகள் ஏதுமில்லாத வெளிச்சத்தைப் பார்த்தோம். சீசனுக்கு மட்டுமே மீன் முட்டை கிடைக்கும் என்பதால் கடைக்காரர்களிடம் முன்பே சொல்லி வைத்தால் மட்டுமே அவர்கள் எடுத்து வைத்திருப்பார்கள் என்றான். அங்கே தங்கியிருந்த பத்து நாட்களில் சௌம்யாவிடம் நான் தேவைக்கு அதிகமாகப் பேசியிருக்கவில்லை என்றாலும் துவைத்த அவளுடைய உள்ளாடைகளை என் பார்வைக்கு படாத வகையில் உலர வைப்பதற்கு அவள் சிரமப்படுவதை உணர்ந்தேன். அவளுடைய பெற்றோர்கள் வருவதாக ஸ்ரீகாந்த சொன்ன அடுத்த நாள் அவர்களுடைய வீட்டிலிருந்து வெளியேறினேன்.

தாவரகெரேவின் நெரிசலான தெருக்களில் ஒன்றில் இருந்தது ஆனந்தின் வீடு. ஒற்றைப் படுக்கையறை உடைய சிறிய வீடு. அவனுடைய அம்மாவிற்கு ஓயாத இருமல். இரவில் அவளுடைய இருமல் சத்தம் மட்டுமே இந்த உலகின் ஒரே ஓசையைப் போலத் துல்லியமாகக் கேட்டும். தாவரகெரேவின் இதயத் துடிப்பைப் போன்ற அவளுடைய இருமல் ஓசையைக் கேட்டு எல்லா வீடுகளும் விழித்திருக்கும் என்று நினைத்தேன். பழகிப் போனதால் ஆனந்த் தூங்கி விடுவான். ஒவ்வொரு முறை அவள் இருமும் போதும் ஒரு பழைய பாயில் படுத்துக் கிடக்கும் எனக்கு திருமணத்தின் போது வாங்கிய

புதிய இரட்டைப் படுக்கையில், தூங்குவதற்கு முன் குளித்துவிட்டு சோப் வாசனையோடு படுக்கைக்கு வரும் மனைவியின் உடல் மீதிருந்து வீசும் வாசனையை நினைவில் முகர்வேன். இருமல் சத்தம் வாசனையின் மயக்கத்திலிருந்து என்னை மீட்கும்.

6

எப்போதும் அலுவலகம் திறப்பதற்கு முன்பாகவே சென்றுவிடக் கூடிய நான் நேரந்தவற ஆரம்பித்தேன். விஜயசந்திரன் பொறுமையாக என்னை அனுமதித்தார். காப்பீட்டு நிறுவனத்தின் வாடிக்கையாளர் சேவை மையத்தில் தள மேலாளராகப் பணியற்றி வந்த நான் கவனமின்று வாடிக்கையாளர்களைக் கையாள்வதாக அவரிடம் யாரோ புகாரளித்திருக்கிறார்கள். 'ஓரளவுக்கு மேல் என்னால் உனக்கு உதவி செய்ய முடியாது. கவனமா வேலை செய்.'

வீரபத்ரா நான் பணியாற்றி வந்த காப்பீட்டு நிறுவனத்தின் வழக்குரைஞர். உச்ச நீதிமன்றத்தில் வழக்காடுவது அவருடைய இலட்சியம் என்று ஓர் அமர்வில் என்னிடமும் என் மனைவியிடமும் சொன்னார். அந்த இலட்சியத்திற்கு அவருடைய திருமண வாழ்க்கை தடையாக இருந்தபோதும் அதிலிருந்து அவர் வெளியேற விரும்பவில்லை என்றார். வாழ்நாள் இலட்சியமே என்றாலும் குடும்ப வாழ்க்கையின் பொருட்டு அதைக் கைவிட்டதில் எனக்கு வருத்தம் இல்லை. ஆங்கிலத்தில் அவர் தடுமாறுவதாகத் தோன்றியது.

நாங்கள் இருவரும் ஒரே வழக்குரைஞரை வைத்து விவாகரத்து வழக்கு நடத்துவதில் அவருக்கு ஆச்சரியம். பரஸ்பர விவாகரத்து என்பதாலும் ஜீவனாம்சமாக அவள் எதையும் கேட்கப் போவதில்லை என்பதாலும் ஒரே வழக்குரைஞராக இருந்தால் வழக்கு இலகுவாகவும், விரைவாகவும் முடியும் என்று கருதுவதாகச் சொன்னேன். அவருடைய வீடும் அலுவலகமும் வசந்த் நகரில் இருந்தது. சாந்தி

நகர் பேருந்து நிலையத்திற்கு வரும் என்னுடைய மனைவியை இருசக்கர வாகனத்தில் ஏற்றிக்கொண்டு அவரைச் சந்திக்க இரண்டு முறை (என் மனைவி கண்ணுக்கு மை பூசியிருந்தாள்) சென்றிருக்கிறோம். போகும்போதும் திரும்ப அவளை இறக்கிவிடும் போதும் நாங்கள் அமைதியாகவே இருந்தோம். எங்களுக்கு நடுவே அவளுடைய கைப்பையை வைத்திருந்தாள். அப்போதும் அவள் எங்கே தங்கியிருக்கிறாள் என்று நான் கேட்டிருக்கவில்லை.

குடும்ப நீதிமன்றத்தில் வழக்கு முடிந்ததும் வழக்காடுவதற்கான கட்டண மீதியை அவர் வாங்கவில்லை. நீங்கள் முட்டாள்தனமான ஒரு முடிவை எடுத்து விட்டீர்கள்.

7

சில்லு விளையாட்டுக் கட்டங்களைப் போல ஒவ்வொரு நண்பர்களின் வீடாகத் தாவி விஜயநகரின் தெற்குப் பகுதியில் இருக்கும் ஜெயராஜின் வீட்டிற்கு வந்தேன். இரட்டைப் படுக்கையறைகள் உடைய பழைய வீடு. மொசைக் பாவிய தரை. குளியலறை இருட்டில் இருந்தது. கழிப்பறையில் அதைக் காட்டிலும் இருட்டு. கதவுகள் பழையவை. வாயிற்கதவுக்கு அருகே காலணிகள் ஒன்றின்மீது ஒன்றாகக் குவிந்து கிடந்தன. கர்நாடக அரசின் பத்திரப்பதிவுத் துறையில் பணியாற்றும் ஜெயராஜின் வீடு ஒரு கம்யூனைப் போல இயங்கியது. அங்கே ஏற்கனவே எட்டு பேர் தங்கியிருந்தனர். அவர்கள் எல்லோரும் மண்டியா மாவட்டத்தைச் சேர்ந்தவர்கள். அவர்கள் ஊரிலிருந்து பெங்களூருக்கு வரும் விவசாய சங்கப் பிரதிநி—திகள், கம்யூனிஸ்ட் கட்சியின் முழுநேர ஊழியர்கள், அரசு அலுவலகங்களில் ஏதேனும் ஒரு வேலையாக வருபவர்கள் அங்கே தங்குவார்கள். அந்நாட்களில் செருப்புக் குவியலில் மேலும் பல செருப்புகள் சேர்ந்திருக்கும். வீட்டிற்கு வெளியே செருப்புகள் விடலாம் இல்லையா? நான் கேட்டேன். தெருநாய்கள் தூக்கிப் போய்விடும் ஸ்ரீ ஜெயராஜ். ஃபுகுஷிமா

அணு உலைக்கசிவு விவாதத்திற்கு நடுவே ஜெயராஜ் அங்கிருந்தவர்களுக்கு என்னை அறிமுகப்படுத்தினார்.

அவரிடம் என்னை அறிமுகப்படுத்தியது என்னுடைய பழைய அறை நண்பன் அசோக். டொம்லூரில் இருக்கும் அவனுடைய சொந்த ஊர் குடியாத்தத்தைச் சேர்ந்த சரவணனின் வீட்டிற்கு என்னை அழைத்துச் சென்ற நாளில் ஜெயராஜ் அங்கே இருந்தார். அரசு ஊழியர் தொழிற்சங்கத்தைச் சேர்ந்தவர்களும், தகவல் தொழில்நுட்பத் துறையில் பணியாற்றும் சிலரும் சேர்ந்து விவேக் நகரில் இருக்கும் சேரிப்பகுதியில் வசிக்கும் பள்ளி செல்லாத குழந்தைகளுக்கு முறைசாராக் கல்வி கற்பிக்கும் பணியில் ஈடுபட்டிருந்தனர். நேரமிருந்தால் என்னையும் அவர்களோடு இணையும்படி சொன்னார் சரவணன். என்னை அவருடைய மனைவி மீனாவிற்கு அறிமுகம் செய்து வைத்த அசோக் சொன்னான், இப்போ இவன் தனியாத்தான் இருக்கான். முன்பே என்னைப் பற்றிப் பேசியிருக்கிறார்கள். மீனாவிற்கு பொழுதுபோக்கே பேச்சும், கதை கேட்பதும்தான். தெருவில் இருக்கும் எல்லோரிடமும் பேசுவாள் என்பதை பின்னர் பலமுறை பார்த்திருக்கிறேன். அவர்களுடைய மகன் இளவழகன் வீட்டிற்கு விருந்தினர்கள் வந்திருந்த உற்சாகத்தில் அங்குமிங்கும் துள்ளிக் குதித்தான். பையனுக்கு என்ன வயசு? நான்கு. மீனாவிற்கு நான் வீட்டிற்கு வந்தது பிடிக்கவில்லை என்பது அவள் முகத்தில் தெரிந்தது.

8

ஓயாமல் சாக்கடை நீர் ஓடும் ராஜகால்வாயில் முடியும் அந்தக் குடியிருப்புப் பகுதியில் மொத்தம் பதினான்கு தெருக்கள். சாக்கடைக் கால்வாயின் இருமருங்கிலும் மரங்கள் அடர்ந்து கால்வாயின் மீது நிழல் பரப்பியிருக்கும். கிழக்கே ராஜாஜி நகருக்குச் செல்லும் சாலையை ஒட்டி மாநகராட்சி நீச்சல் குளம் ஒன்று இருந்தது.

ஒரு ஞாயிற்றுக் கிழமை காலையில் நானும் ஜெயராஜும் நீச்சல் குளத்திற்குச் சென்றோம். என்னால்

பத்து நிமிடங்களுக்கு மேல் சோர்வடையாமல் நீந்த முடியவில்லை. குளிரில் நடுங்கி கரையில் அமர்ந்திருந்த என்னிடம் தண்ணீரில் நின்றவாறு அவர் கேட்டார்,

'யாக்கே சுஸ்தாக்திதியா ?'.

சுஸ்த் என்றால் சோர்வு என்று பொருள். நான் தலையசைத்தேன். அவர் மன அழுத்தத்தின் காரணமாகக் கூட சோர்வாக இருக்கலாம் என்றார். அவருக்கு பரிச்சயமான மனநல மருத்துவர் ஒருவரைப் பார்க்க அழைத்து சென்றார். மருத்துவர் என்னுடைய நிலைமையைக் கேட்டதும் மன அழுத்தம் குறைவதற்கான மருந்துகளை எழுதித் தந்தார். இருவாரங்கள் கழித்து அவரை மறுபடியும் பார்க்க வரச்சொன்னார்.

அங்கேயிருந்த ஒன்பது மாதங்கள் நான் தூக்கமின்மையால் பாதிக்கப்பட்டிருந்தேன். மனநல மருத்துவர் கொடுத்த மாத்திரைகளை நான் தொடர்ந்து எடுக்கவில்லை. இம்மாதிரி சமயத்தில் ஒருவன் கடவுளிடம், சோதிடத்திடம், மதுவிடம் சரணடைகிறான் என்பார் நான் வசித்த வீட்டின் உரிமையாளரான சிவராஜ். நீச்சல் குளம், வீட்டின் அருகேயிருந்த ஆஞ்சநேயர் கோயில், மனநல மருத்துவம் என எல்லாவற்றிலிருந்தும் விலகியிருந்தேன். என்னால் இந்த நிலைமையை எதன் துணையுமின்றி உறுதியாகக் கடந்துவிட முடியுமென்று நம்பினேன். தூக்கமின்மை அதிகரித்ததும் பகலும் இரவும் குழம்பிய நாட்களில் என்னுடைய உறுதியின் மீது சந்தேகம் எழுந்தது. செய்ண்ட் மார்க் சாலையிலிருந்து விஜயநகருக்கு வரும் சாலையில் பசவண்ணரின் சிலைக்கு அருகே பிரியும் இரண்டு சாலைகளில் எதைத் தேர்வது என்று குழம்பி சமிக்ஞையில் நின்றிருக்கிறேன். பின்னால் நிற்கும் வாகன ஓட்டிகளில் அடித்த ஹார்ன் ஒலியில் நான் பதறிப்போய் சாவியைத் திருகாமலே வண்டியை முடுக்க முனைந்தேன். புரையைப் போன்ற ஒன்று என் மூளையின் மீது படிந்து மூளை அதன் திறன்களை இழப்பதை இரசித்துப் பார்த்திருந்தது. நான் அதன்

பிடியில் அகப்பட்டிருந்தேன். எதன் திரையில் இப்போதும் இக்காட்சிகளைக் காண்கிறேன், ஒலிகளைக் கேட்கிறேன், வாசனைகளை முகர்கிறேன்?

9

முன்சென்ற எண்ணற்ற இரவுகளின் புதிய நகலைப் போன்ற ஒவ்வொரு இரவிலும், தெருவிளக்குகளின் மஞ்சள் வெளிச்சத்தில் வீடுகளுக்கு வெளியே நின்றிருந்த கார்களின் பக்கவாட்டிலும், முன்புறத்திலும் படர்ந்திருக்கும் பனியில் நான் விரல்களை ஓட்டிச் செல்லும் பின்னிரவுகளில் சாக்கடைக் கால்வாயின் அருகேயிருக்கும் மரங்களில் ஆந்தை ஒன்றைப் பார்த்தேன்.

சுருண்டு படுத்திருக்கும் தெருநாய்கள் ஒன்றிரண்டு தலைதூக்கிப் பார்த்து இலேசாக முனங்கும். வங்கிகளும், கடைகளும் நிறைந்திருக்கும் முக்கியச் சாலையில் சைக்கிளில் தேநீர் விற்பவரிடம் தேநீர் அருந்துவேன். ஓசைகள் இல்லாத தெருக்களில் என்னுடைய காலடி ஓசையைக் கேட்டுக்கொண்டே அறைக்குத் திரும்பும்போது நள்ளிரவைக் கடந்திருக்கும். எனக்கு என்ன தேவை என்பதை நான் ஒவ்வொரு இரவிலும் அறிந்திருந்த போதும் அதற்கான தீர்வு இல்லாமல் தெருக்களில் அலைந்து சலித்தேன்.

பகலில் சாக்கடைக் கால்வாயின் மீது பருந்துகள் பறக்கும். பருத்த பெரிய ஆந்தை, வழி தவறியவர்களின் பதட்டமும், ஏமாற்றமும் நிரம்பிய முகம் உடைய ஆந்தை. எதன் ஒளியோ அதன்மீது பட்டு பட்டின் மினுமினுப்பில் இருந்த ஆந்தையைத் தொட விரும்பினேன். அடுத்த இரண்டு இரவுகளிலும் நான் ஆந்தையைப் பார்த்தேன். அலைந்து திரியும் இரவில் வீடு திரும்பும்முன் செய்வதற்கு ஒரு வேலை கிடைத்தது. ஆந்தையை கவனிப்பதும், ஆழ்ந்த அமைதியைக் காது கொடுத்துக் கேட்பதைப் போல தூரத்தில் பார்க்கும் ஆந்தை வெகுநேரம் கழித்து எங்கோ பறந்து செல்வதைப் பார்ப்பதும் தூங்காமல் விழித்திருப்பதின்

சோர்வைக் குறைத்தது என்றாலும் மிக மெதுவாக இயங்கும் ஆந்தையைக் கவனிப்பது மேலும் என்னை மந்தப்படுத்தியது.

தீபாவளிக்கு நான் ஊருக்குச் செல்லவில்லை. என்னுடைய பெற்றோர்கள் வற்புறுத்தியும் நான் செல்லவில்லை. ஒன்றிரண்டு முறை என் மனைவியை செல்பேசியில் அழைப்பேன். எனது அழைப்புகளை அவள் தவிர்த்தாள். தலை தீபாவளி அன்று அவளோடு சண்டை போட்டது நினைவில் வந்தது. இரண்டு தீபாவளிகளுக்கு இடையில் நடந்த மாற்றங்களை என்னால் நினைவில் தொகுக்கவும் முடிந்திருக்கவில்லை. பட்டாசுகள் வெடித்த இரண்டு இரவுகளிலும் ஆந்தையைப் பார்க்க முடியவில்லை. அதைத் தொடர்ந்து ஒரு வாரத்திற்கும் மேலாக அதற்காகக் காத்திருந்தேன். இன்று வரையிலும் என் நினைவில் மட்டுமே அதனைக் காண்கிறேன். பருத்த, பெரிய ஆந்தை.

10

இடையில் மழைக்காலம் வந்து போனது.

11

முன்பு இருந்த தயக்கம் மறைந்து மீனா என்னிடம் பேச ஆரம்பித்திருந்தாள். கண்களுக்கு கீழே கருவளையம் பெரியதாகி இருந்தது. சரியாத் தூங்கறதில்லையா? தூக்கமே வர்றதில்லை. இரண்டாம் சனிக்கிழமை அலுவலகம் விடுமுறை என்பதால் சரவணனோடு சேர்ந்து சேரிக் குழந்தைகளுக்குப் பாடம் சொல்லித்தர ஆரம்பித்திருந்தேன். குழந்தைகளுக்குக் கற்பிப்பது எனக்கு அலுப்பாக இருந்தது.

ஒரு சனிக்கிழமை சாயங்காலம் நான் அவர்கள் வீட்டில் இருந்தேன். பால் வாங்குவதற்காக சரவணன் சென்றதும் மீனா, ஜெயராஜின் காதல் கதையை என்னிடம் சொன்னாள். கவுடா சாதியைச் சேர்ந்த அவர் ஒரு தலித் பெண்ணைக் காதலிப்பதாகவும்,

அவளை மணம் முடிப்பதை ஏற்க மறுக்கும் அவருடைய அம்மாவின் ஒப்புதலுக்காக அவர்கள் காத்திருப்பதாகவும் சொன்னாள். சரவணன் கூட ஓரிரண்டு முறை அவருடைய அம்மாவிடம் பேசியிருக்கிறார். அவர்களுடைய கதையைச் சொல்லி முடித்ததும் என்னிடம் கேட்டாள், நாங்க எஸ்சிங்கறது உங்களுக்குத் தெரியுமா?.

நான் தெரியாதென்று தலையசைத்தேன். அன்றுதான் ஒருமுறை கூட அவர்கள் வீட்டில் உணவருந்தும்படி மீனா சொன்னதில்லை என்பது சட்டென நினைவில் வந்தது. இரவு உணவை அங்கேயே முடித்துவிட்டுச் செல்லும்படி சரவணன் சொன்னாலும் நான் மறுத்துவிடுவேன். அவர்களுடைய சாதியை அறிந்துதான் இவ்வளவு நாட்களும் நான் அவர்களுடைய வீட்டில் சாப்பிடுவதில்லை என்று மீனா நினைத்திருக்கிறாள். சரவணன் பால் வாங்கி வருவதற்குள் இவற்றைச் சொல்லி முடித்தாள். அவள் கலந்து கொடுத்த காஃபியைக் குடித்துவிட்டு நான் அங்கிருந்து கிளம்பினேன். விஜயநகர் வரும்வரையிலும் அவள் சொன்னதையே யோசித்து வந்தேன்.

ஜெயராஜின் வீட்டில் தங்கியிருந்த அனைவரும் ஒரே சோப்பைப் பயன்படுத்தினார்கள். கம்யூன் வாழ்க்கை என்பதை அதிதீவிரமாகக் கருதியிருக்கிறார்கள் என்று நான் வாதிடுவேன். என்னுடைய சோப், ஷாம்பை நான் பயன்படுத்தியதும் குளியறையில் இருந்து எடுத்துவந்து விடுவேன். தமிழ்நாட்டு முறையில் பருப்பு சாம்பார் வைப்பதை அங்கிருப்பவர்களுக்கு நான் சொல்லிக் கொடுத்தேன். மஞ்சுநாத் எனக்கு ராகிக்களி கிண்டுவதற்கும், ஆட்டுக்குடல் பொரியல் செய்வதற்கும் சொல்லிக் கொடுத்தான். எப்போதும் பிராண்டட் ஆடைகள் மட்டுமே நான் அணிவேன். அலுவலகம் செல்லும் நாட்களில் ஹுகோ பாஸ் நறுமணத் திரவத்தையும் மெலிதாகத் தெளித்துக் கொள்வேன். ஒருமுறை ஜெயராஜ் காலையில் உணவருந்துவதற்காக சாலையோரக் கடை ஒன்றிற்குச் செல்லலாம் என

அழைத்தபோது நான் அணிந்திருந்த அரைக்கால் சட்டையைக் கழற்றிவிட்டு காற்சட்டை அணிந்து கிளம்பினேன். ஜெயராஜ் என்னை முகம் கழுவிவரச் சொன்னார். பல் விளக்கிய போதும் நான் முகம் கழுவி இருக்கவில்லை என்பதை அவர் அறிந்திருந்தார். விலையுயர்ந்த காலணியை அணிகிறீர்கள், ஆனால் வண்டியைத் துடைப்பதில்லை. சனிக்கிழமை தோறும் நகம் வெட்டுகிறீர்கள், ஆனால் முதுகுப்பை அழுக்காக இருப்பது கண்ணுக்குத் தெரியவில்லை. நீங்கள் ஒரே சமயத்தில் வியப்பாகவும், ஏமாற்றமளிப்பவராகவும் இருக்கிறீர்கள். ஜெயராஜை என்னை கவனித்ததைப் போல ஒருநாள் கூட நான் கவனித்ததில்லை, மஞ்சுநாத்தை உபயோகமற்றவன் என்று திட்டுவதைத் தவிர.

எப்போதும் கூட்டம் நிரம்பியிருக்கும் அந்த வீட்டிலிருந்து அமைதியான வேறு வீட்டிற்கு நான் இடம்பெயர விரும்பினேன். ஒற்றை அறை, மாத வாடகை விடுதிகளைத் தேட ஆரம்பித்தேன். கடன்கள் அதிகமாக இருந்ததால் முன்பணம் கொடுக்கக் கையில் இருப்பில்லை என்பதாலும் மாத வாடகை விடுதிகளில் உணவு நன்றாக இருக்காது என்பதாலும் புதிய இருப்பிடத்திற்குச் செல்வதைத் தள்ளிப் போட்டேன்.

12

கிறிஸ்துமஸை ஒட்டி இளவழகனின் பள்ளியில் பத்து நாட்கள் விடுமுறை அறிவித்திருந்தார்கள். மீனாவும் அவளும் ஊருக்குச் செல்வதால் என்னை அவர்கள் வீட்டில் தங்குவதற்கு சரவணன் அழைத்திருந்தார். அவர் என்னை விட இரண்டு வயதே மூத்தவர். ஒருமையில் அழைக்கும் வகையில் எங்கள் நட்பு வளர்ந்திருக்கவில்லை என்பதால் அவரையும், அவர் மனைவியையும் மரியாதையோடு அழைத்து வந்தேன்.

டொம்லூர் பாலத்தைக் கடக்கும்போது இரண்டு பக்கங்களிலும் காற்றசைக்காத மரங்களில் அடர்ந்து பூத்திருந்த இளஞ்சிவப்புப் பூக்களைப் பார்த்தேன்.

நவம்பர் இறுதி வாரத்தில் இளஞ்சிவப்பு பூக்கள் பூக்கும் மரத்தை இந்த நகரில் அங்கங்கே நட்டு வைத்திருக்கிறார்கள் (கப்பன் பூங்கா, உள்வட்டச்சாலை, ஜெயநகர் வணிகவளாகம்). சிறிது நேரம் பாலத்தில் வண்டியை நிறுத்தி பூக்களைப் பார்த்திருந்தேன். குளிரும் இளஞ்சிவப்பு நிறமும் வெளிச்சம் மங்கியிருந்த மாலை நேரமும், அழுக்கும் இருட்டும் மண்டியிருக்கும் விஜயநகர் வீட்டிலிருந்து என்னை வெகு தொலைவு அழைத்து வந்து பூக்களின் நடுவே ஒளிப்பதைப் போல உணர்ந்தேன். என் மனைவியின் முலைகளை நான் இளஞ்சிவப்பு நிற தாமரைகள் என்று அழைப்பேன்.

சரவணன் இரவு உணவைச் சமைத்திருந்தார். மீனாவும் இளவழகனும் ஊருக்குச் சென்று இரண்டு நாட்கள் ஆகியிருந்தன. அவர்களுடையது சுற்றிலும் மரங்கள் சூழ்ந்த தனி வீடு. நானூறு அடிகள் தொலைவில் கோல்ஃப் மைதானம் இருந்தது. இரண்டு படுக்கை அறைகளில் ஒன்று பெரியது. சிறிய படுக்கை அறை சூடாவதற்காக சரவணன் மின்விளக்கைப் போட்டுவிட்டு வரவேற்பறைக்கு வந்தார். நாங்கள் இருவரும் தொலைக்காட்சியில் சில பாடல்களைக் கேட்டோம். நகைச்சுவை அலைவரிசையில் பலமுறை பார்த்துச் சிரித்த காட்சிகளுக்கு மீண்டும் சிரித்தோம். நான் சிரித்தே வெகுநாட்கள் ஆயிற்று என்பது நினைவில் வந்தது.

பத்துமணிக்கு அவர் படுக்கப் போனார். நான் சிறிது நேரம் கழித்து வருவதாகச் சொன்னேன். ஏதோவொரு புத்தகத்தைக் கையில் எடுத்து படுக்கையறைக்குச் சென்றார். சிறிது நேரம் மின்விளக்கு ஒளிர்ந்து அணைந்தது. வரவேற்பறையில் நான் தனியாக தொலைக்காட்சி அலைவரிகளை மாற்றி மாற்றி தொடர்பில்லாத காட்சிகளைப் பார்த்தேன். நூற்றுக்கும் மேற்பட்ட அலைவரிசைகளில் வெவ்வேறு காட்சிகள் அசைந்தன. நள்ளிரவு ஒரு மணிக்கு மேல் தொலைக்காட்சியை அணைத்துவிட்டு படுக்கையறைக்கு வந்தேன். சரவணன் அயர்ந்து தூங்கிக்கொண்டிருந்தார்.

கதவை மூடிவிட்டு தரையில் போடப்பட்டிருந்த மெத்தையில் அவர் அருகே படுத்தேன். ஜன்னல்களுக்கு திரைச்சீலை இடப்பட்டிருந்ததால் அறையில் சிறு வெளிச்சமும் இல்லை. சாலையில் இருந்து தொலைவில் இருந்ததால் ஓசைகள் ஏதுமில்லை. நான் படுக்கையில் படுத்ததும் சிறிய முனகலோடு சரவணன் என் மார்பின் மீது கையைப் போட்டார். நான் அவர் கையை என் மார்பிலிருந்து எடுத்தேன். சிறிது நேரத்தில் புரண்டு படுத்தவர் என் பக்கமாகத் திரும்பி மற்றொரு முறையும் என் மார்பின் மீது கையைப் போட்டார். அறையில் மூழ்கியிருந்த இருட்டையே துளைத்துப் பார்த்திருந்த நான் என்னையும் அறியாமல் தூங்கினேன்.

சரவணன் என்னை எழுப்பும் போது அறையில் பரவியிருந்த ஒளியில் காலைநேரச் சுவடுகள் மறைந்திருந்தன. மணி என்ன தெரியுமா?. தெரியவில்லை. மதியம் இரண்டு மணி. எத்தனை மணிநேரங்கள் நான் தூங்கினேன் என்பதைக் கணக்கிட்டேன். கிட்டத்தட்ட பதிமூன்று மணிநேரங்கள். முப்பத்தியிரண்டு ஆண்டுகளில் நான் ஒருநாளும் அப்படித் தூங்கியதில்லை. களைப்பு நீங்கி உடல் எடையற்றதாக உணர்ந்தேன். தூக்கத்தையும் கலவியையும் மட்டுமே உடலின் எல்லாத் தசைகளும் உணர்கின்றன. உற்சாகமாகத் துள்ளி எழுந்தேன். சரவணனுக்கு எதனால் நான் அப்படித் தூங்கினேன் என்பது தெரிந்திருக்கவில்லை. அவரோடு தங்கியிருந்த எட்டு நாட்களும் அவர் கை என் மார்பின் மீதே இருந்தது.

13

ஒரு பகுதி காலியாகவே இருக்கும் எனது படுக்கையில் என்னையும் அறியாமல் தூக்கத்தில் கையால் துழாவி எதுவும் தட்டுப்படாமல் திடுக்கெனத் துள்ளி எழும்போது தன்னிச்சையாக என் மனைவியைப் பிரிந்திருந்த நாட்களின், நீண்ட தூக்கத்தின் நினைவும் வருகின்றன. என் உடலுக்கு வெளியே இருந்து ஒரு கை என்மீது பட்டதும் வெகுநாட்களாக என்னிடம்

முறையிட்டுக் கொண்டிருந்த தசைகள் அமைதியடைந்து தூங்கிய நீண்ட தூக்கத்தை இப்போது என் உடலின் எந்தத் தசையில் உணர்கிறேன்?

***

7. எத்திசைச் செலினும் அத்திசைச் சோறே

பற்றியெரியும் பறவைக் கூடுகள் வேர்களும் தூர்ந்து உடல் நில்லாது மரங்கள் முறியும் ஓசை கேட்டு விண்ணெங்கும் சிதறிய பறவைகள் என்பிலே தோல் போர்த்த விலங்குகள் ரேகைகளாய் வெடித்திருந்த நிலத்தில் சுருண்டு விழுந்து இறந்துபோன விலங்குகளின் உடலிலிருந்து வழிந்து உறைந்து போயிருந்த இரத்தம் எலும்பாக மட்டுமே எஞ்சிய பாம்புகள் அசையும் கருந்திட்டுக்களாக உடல்களை மொய்த்திருந்த ஈக்கள் பொசுங்கும் வாடை எரிந்து புகையாகும் புதர்கள் நீங்காதிருந்த வெய்யில் பகலைப் போலவே கொதித்த இரவு இவைதான் நாங்கள் வசித்திருந்த நிலத்தின் கடைசி நினைவுகளாக எஞ்சியிருக்க முன்னே சென்றவர்களின் குருதித் தடத்தைப் பின்தொடர்ந்தே நான் நெடுந்தொலைவு அடைந்தேன். உலகே ஊணற்றுப் போயிருந்தது.

ஒன்றுக்கொன்று நெருக்கமாக கற்களை அடுக்கி நாணல் புற்களை மரக்கிளைகளைப் போர்த்திருந்த அவற்றை அவர்கள் வீடுகள் என்றும் வீடுகளின் தொகுப்பை ஊர் என்றும் அழைத்தார்கள். குழந்தைகள் பெண்கள் ஆண்களென ஒன்றாக வீடுகளில் வாழ்வதை குடும்பம் என்று அழைத்தார்கள். அவர்கள் அந்தரங்கத்தை விரும்பினாலும் தனிமையை விரும்பவில்லை என்பதை வீடுகளின் நெருக்கமே சொல்லியது. மனிதர்கள் சொல்லும் கதைகளை வீடுகள் கேட்க வீடுகள் சொல்லும் கதைகளைக் கேட்டுத் தலை கிறுகிறுக்கும் காற்று சுற்றிச் சுழல்வதை வேடிக்கை பார்க்கவே குனிந்து நிலம் பொறுக்குபவர்களும் தலை நிமிர்வார்கள். இவர்கள்தான் வீட்டிலே வசிக்கும் ஆடையணிந்த இந்த மனிதர்களே எனக்கு உணவளித்தார்கள்.

முதலில் அவர்கள் அளித்த உணவு எனக்கு குமட்டியது. உணவை அவர்கள் சமைத்தார்கள். குடலைப் புரட்டும் உணவிற்குப் பழகாத நாட்களில் அரைப் பட்டினியோடு நாங்கள் ஆடிய கடைசி வேட்டையை நினைத்துக்கொள்வேன். புலிகள், சிங்கங்கள், யானைகள் என நாங்கள் அஞ்சிய விலங்குகள் எவையுமே உண்ணத் தக்கவை அல்ல. எங்கள் கடைசி வேட்டை ஒரு மான். நாங்கள் கொன்றிருக்கவில்லை என்றால் கொஞ்ச நேரத்தில் அதுவாகவே விழுந்து செத்திருக்கும். வெறும் எலும்பும் தோலும். நாங்கள் கூர்தீட்டி வைத்திருந்த மரக்கிளை உடலில் சொருகியதும் விடுதலையை எதிர்பார்த்து நெடுநாட்கள் காத்திருந்த இரத்தம் பீய்ச்சியடித்தது. விடுதலை என்பது என்னவென்றும், இரத்தம்-குருதி, உறக்கம்-தூக்கம், ஊண்-இறைச்சி, உடை-ஆடை, இவை போன்ற சொற்களை எங்கே பயன்படுத்த வேண்டுமென்றும் பின்னாட்களில் ஒரு பெண் கற்றுக் கொடுத்தாள். அவள் நாடோடியாகத் திரிபவளென்றும் பூட்டிய அறைக்குள்ளாகவே உண்மைகளைக் கண்டவள் என்றும் சொல்பவர்கள் உண்டு. தோலை உரித்துப் பார்த்து நாங்கள் ஏமாந்து போனோம்.

கைக்குக் கிடைத்ததை எல்லோரும் பற்றியிழுத்து எடுத்துப் போனார்கள். எனக்கு ஈரல் மட்டுமே கிடைத்தது. விலங்குகள் அருகிப்போகத் துவங்கி—யிருந்ததால் எங்கள் கூட்டத்தைச் சேர்ந்தவர்கள் இறைச்சியைச் சேமிக்கப் பழகியிருந்தார்கள். ஆனால் இறைச்சியைக் கெட்டுப் போகாமல் பாதுகாப்பது எப்படியென்று எங்களுக்குத் தெரிந்திருக்கவில்லை என்பதால் அழுகிப்போன இறைச்சியின் நாற்றத்தால் எங்களுக்கு மயக்கமே வந்தது. ஊனற்ற எலும்புகளை தரையில் தட்டியும் உறிஞ்சியும் பார்த்து ஏமாந்தவர்கள் எலும்பின் ஒரு முனையில் கண் வைத்துப் பார்த்தார்கள். என் கையிலிருந்த ஈரலை நான் நெருப்பில் சுடுவதற்கு முன்பே தட்டிப் பறித்தவன் வெறும் எலும்பைக் கொடுத்தான். நான் அதன் ஒரு முனையில் கண்வைத்துப் பார்த்தேன். விண்மீன்கள் தெரிந்தன. நான் எடுத்து

வந்த ஈரலைக் கொடுக்கச் சொல்லிக் கேட்டபோது என்னிடமிருந்து அதனைத் தட்டிப் பறித்தவன் என் கன்னத்தில் அறைந்தான். அன்றுதான் அந்த அறைக்குப் பிறகு அவர்கள் ஒருநாள் என்னையும் கொன்று தின்றுவிடுவார்கள் என்று அஞ்சியே நான் அவர்களை நீங்கினேன்.

உடல் வற்றி கண்களில் நிரம்பியிருந்த அரையிருட்டோடு கூரை வேய்ந்த வீடுகள் இருந்த நிலத்தை அடைந்தேன். என்னைக் கண்டு நீரும் கூழும் அளித்தவர்களில் ஒருவன் சொன்னான். 'இவன் இப்போதுதான் காட்டில் காலத்திலிருந்து வந்திருக்கிறான். இவன் கடக்க வேண்டிய காலம்தான் இன்னும் எவ்வளவு'.

அவர்களில் ஒருவன் இடுப்பில் கட்டிக்கொள்ள கோவணம் ஒன்றை அளித்தான். வேட்டையின் போது குதித்து ஓடுவதற்கு இடைஞ்சலாக இருப்பதாலும் துள்ளித்துள்ளிக் குதித்து வலியெடுத்து விடுவதாலும் எங்கள் குறிகளை நாரால் இழுத்துக் கட்டிக்கொள்வதுண்டு. இங்கே விலங்குகளைக் கொல்பவர்கள் இருந்தாலும் வேட்டையாடிகள் யாரும் இல்லை எனினும் அவர்கள் இடைப்பகுதியில் உடையணிந்திருந்தார்கள். நான் ஆடையணிந்தவன் ஆனேன். என் உடல் வலுப்பெறும் வரை அவர்கள் தொடர்ந்து இறைச்சியும், தாவரங்களில் விளைந்தவற்றையும் உணவாகக் கொடுத்தார்கள். அவர்கள் கொடுத்த உணவைக் கையால் தொடுவதும் நாக்கில் வைப்பதுமே எனக்கு வெறுப்பாக இருந்தது. அவற்றின் மணமும், வழுவழுப்பும் அருவெறுப்பாக இருந்தன. மெதுவாக நான் சமைத்த உணவிற்குப் பழகினேன். சுட்டுத் தின்பதற்கு மாறாக இறைச்சியை வேகவைக்கப் பழகியிருந்தார்கள். சமைப்பதற்குத் தேவையான சட்டிகளையும் செய்திருந்தார்கள்.

'இவன் இன்னும் சுட்டுத் தின்னும் இறைச்சியின் காலத்தில் வாழ்கிறான். எப்போதுதான் அடுப்பின் காலத்திற்கு வருவானோ'. தலையலடித்துச்

சென்றவனின் குரல் அடுப்பில் எரிந்த விறகில் விழுந்து சடசடத்தது.

ஆனால் வெகு விரைவாக நான் அடுப்பின் காலத்திற்கு வந்துவிட்டேன். அப்போதும் அவர்கள் என்னை அவர்களில் ஒருவனாக மதித்திருக்கவில்லை. ஒரு கல்லைச் சுற்றி பூக்களைச் சொரிந்து அதனைத் தெய்வமென்று அவர்கள் வழிபடும் நாட்களில் குறிப்பாக விண்ணில் தோன்றும் அவர்களால் பெயர் வைக்கப்பட்டிருந்த விண்மீன்களைக் கணக்கிட்டு விளக்குகள் ஏற்றும் நாட்களிலும் அவர்கள் பலியிட்டுச் சமைத்த உணவில் எஞ்சும் எலும்புகளையே எனக்குத் தந்தார்கள். ஒருவன் பூச்சுற்றியிருந்த கல்லை வணங்கச் சொன்னான். நான் வணங்க முற்படும்போது, கூட்டத்தில் ஒருவன் சொன்னான், 'இவன் இன்னும் தெய்வமற்ற காலத்திலே வாழ்பவன். நம்முடைய தெய்வத்தை இவன் வணங்கத் தேவையில்லை. நமது தெய்வம் நம்மை மட்டுமே அறிந்திருக்கும்'. கூட்டம் அவன் பேச்சைக் கேட்டு என்னை நெட்டித் தள்ளியது. தெய்வத்தை இழந்ததால் அல்ல, கூட்டத்தில் இடிபட்டு என் கையிலிருந்த எலும்பை இழந்ததை நினைத்தே நான் சோர்வடைந்தேன். ஒரேயொருவன் பேசும் பேச்சை ஏன் அவர்கள் எல்லோரும் கேட்கிறார்களோ. அதன் ஆபத்தை அவர்கள் உணர்ந்திருக்கவில்லை.

மழைக்காலம் முடிந்து அவரவர் வரப்பிட்டிருந்த நிலத்தில் உழத் துவங்கினர். உழுவது, விதைகளைச் சேகரித்து வைத்திருப்பவர்களிடம் கடன்பெற்று வந்து விதைத்தனர். அவர்கள் ஓய்வுகொள்வதற்கு மலைகளின் பின்னே சூரியன் மறைய வேண்டியிருந்தது. நான் மழைக்காலத்தில் அரைப்பட்டினியாகக் கிடந்தேன். விதைக்கிற காலத்தில் முக்கால் பட்டினி. எனக்குக் கிடைத்த எந்த உணவுமே நான் செய்த வேலைக்கான ஆற்றலைப் பெறுவதற்குப் போதுமானதாக இருந்திருக்கவில்லை. எப்போதும் பசியோடே இருந்தேன், எனது இரவுகளும் மெல்லத் தழுவிச் செல்லும் காற்றில் என் காதுபட பசி பசியென்றே

கூவின. தெளிவாகத் தெரிந்த விண்ணில், மீன்களும், நிலவும், அலையும் மேகக் கூட்டங்களும், சில சமயம் கைக்கெட்டுகிற தூரத்தில், தூரத்தில் நிற்கும் மலை உச்சியை அடைந்துவிட்டால் அடுத்த அடி நிலவில் வைத்துவிடலாம் என்கிற தூரத்தில் நிலவும் தெரிந்தாலும், அவை எவையுமே பசியாற்றாது என்பதால் மிச்சமிருக்கும் ஆற்றலை நிலவைத் தொடுவதற்காக இழப்பதென்பது அறிவீனம் என்பதை ஒருவாறு புரிந்திருந்தேன். எப்போதும் உணவைத் தேடு, உடலில் ஒட்டியிருக்கும் ஆற்றல் தீரும்போதும் கூட என்பதைத் தவிர அவர்களைப் போன்று பெண்களை அழைத்துக் கொண்டு மறைப்புகளின் பின்னே செல்லவோ, குழந்தைகளைக் குளிக்க வைப்பதையோ நான் விரும்பியதில்லை.

'இவன் இன்னும் குடும்பமற்ற காலத்திலே வாழ்கிறான். எப்போதுதான் மனைவி என்பவளின் வாசனையை பெண்களின் கூட்டத்திலிருந்து தனித்து அறிவானோ !'.

இலைகள் பழுத்து நிறம் மாறி உதிர்ந்து புத்திலைகள் தழைத்து நாட்கள் பல சென்றதும் அவரவருக்கென்று பிரித்து வைத்திருந்த பயிரிடும் நிலங்களுக்கு அருகே எனக்கு ஒரு துண்டு நிலத்தைக் கொடுத்தார்கள். அவர்களது நிலத்தில் உழைத்த நேரம் போக, எனது நிலத்தில் (இதைச் சொல்வதற்கு எவ்வளவு உற்சாகமாக இருக்கிறது) கல்லைப் பொறுக்கி, களைகளை நீக்கி, வரிவரியாக உழுது விதைக்கத் துவங்கினேன். எனது கையும் ஏரும் வரைந்த கோடுகளின் நேர்த்தியால் கண் விரிந்தவர்கள் பலர். விதைகளை கடன்பெற்று வந்து விதைத்து, பயிர் வளர்த்து அறுவடை செய்த நாட்களில் அவர்கள் ஒன்றுமே சொல்லவில்லை. என்னுடைய நிலத்திலே விளைந்தவற்றை மொத்த விளைச்சலோடு சேர்த்துப் பங்கிட்டுப் பிரித்தார்கள். எனக்கு வழங்கப்பட்ட பங்கு மழைக்காலத்திலும் கழுத்து வரை தின்பதற்குப் போதுமானதாக இருந்தது.

இலைகள் பழுத்து நிறம் மாறி உதிர்ந்து புத்திலைகள் தழைத்து நாட்கள் பல சென்றதும் அங்கிருந்த பெண்களின் நடுவே உடலில் மேடுகள் முளைக்கத் துவங்கியிருந்த ஒரு பெண்ணைப் பார்த்தேன். நிலத்தில் உழைத்திருந்த அவள் உடலெங்கும் மண் ஒட்டி பழுப்பாகத் தெரிந்தாலும் எப்போது என்னைப் பார்த்தாலும் அவள் கண்களால் புன்னகைத்து உதடுகளைச் சுழிப்பாள். நான் நீர் தளும்பும் குளமாக என்னை உணர்ந்தேன். பல நாட்கள் நாங்கள் மரங்களில் ஏறி அடர்ந்திருக்கும் கிளைகளின் நடுவே மறைந்து தனித்திருந்தோம். அவளுடைய வாசனையைத் தனித்து அறியும் அளவிற்கு நான் பெண்களின் வாசனையை முகர்ந்ததில்லை. அவளுடைய வாசனை புத்திலைகளைக் கைககளில் கசக்கி முகர்வதைப் போலிருந்தது. ஒரு கூட்டம் வழங்கும் அனுமதிகளுக்கும் எல்லையுண்டு என்பதை நான் அப்போது அறிந்திருக்கவில்லை. அதை அறிந்தே இருந்தாலும் ஒரு பெண்ணின் வாசனையில் கட்டுண்டவனால் அந்தக் கட்டிலிருந்து மீண்டு கண்திறந்து அனுமதிகளின் எல்லைகளைப் பார்த்திருக்கவும் முடியாது.

இலைகள் பழுத்து நிறம் மாறி உதிர்ந்த காலத்தில் மரங்களும் மறைப்பற்று இருந்தன. வீடுகளையும் நிலங்களையும் விட்டு தொலைவாக வந்துவிட்டோம். விரல்களாக விரிந்திருந்த அகலமான கிளையொன்றில் அமர்ந்து அந்தப் பெண்ணை முத்தமிட நெருங்கும் போது ஊரையே அழைத்து வந்த ஓசையைக் கேட்டு நாங்கள் கலைவதற்கு முன்பாக அம்பு ஒன்று அவள் மார்பைத் துளைத்தது. எனக்குக் குறி வைக்கப்பட்டிருக்கலாம். அவளைப் பிடிப்பதற்குள்ளாக மரத்திலிருந்து கீழே விழுந்தாள். கீழே விழுந்து அவள் உடல் முறிந்த ஓசை எங்கள் நிலத்தில் முறிந்து விழுந்த மரங்களின் ஓசையைப் போன்றிருந்தது. அவள் இறந்ததைத் தொடர்ந்து, என்னை அடித்துத் துன்புறுத்தி, நிலத்தை உழுவதற்கான கலப்பையைப் பிடுங்கியதோடு அவர்கள் கூரை வேய்ந்திருந்த நிலத்தை விட்டே என்னை விரட்டினர். வலி தாங்க முடியாத போதும் உரத்துச் சொன்னேன்:

“இது நிலம், நீ என்றும் நான் என்றும் ஒரு வேறுபாட்டையும் அறியாதது. இங்கே நீ விதைத்தாலும் விளையும், நான் விளைத்தாலும் விளையும். அது விதையையும், விண்ணிலிருந்து வருகிற மழையையும், வெய்யிலையும் காற்றையும் பொறுத்தது. இவை நான்குமே கூட நீ என்றும் நான் என்றும் ஒரு வேறுபாட்டையும் அறியாதது”.

அவர்களில் ஒருவன், தெய்வத்திற்குப் பலிகொடுக்கும் நாளில் மொத்தக் கூட்டமும் யாருடைய பேச்சைக் கேட்டுத் தலையசைத்ததோ அவன், என்னுடைய வாயில் ஒரு குத்து விட்டான்.

“இவன் பேசுகிற காலத்தையும் கடந்து, சிந்திக்கிற காலத்தையும் நமக்கு முன்னே எட்டியிருக்கிறானே !”

ஊரின் எல்லை வரை என்னை விரட்டிக்கொண்டே வந்தவர்கள் திரும்பிப் போயினர். அவர்களின் குழப்பமான பேச்சுக்களையும் கடந்து சற்று நேரத்திற்கு முன்பாக அந்தப் பெண்ணின் உடல் முறிந்து எழுந்த ஓசையே எனது காதுகளில் கேட்டது. வழிநெடுக வாயிலிருந்து மார்பின் மீது வழிந்து உறைந்து கறுத்திருந்த இரத்தத்தோடு வெகு தொலைவு நடந்தேன். நீர்நிலைகளைக் கண்ட போதும் இரத்தம் கசிந்த எனது உடலைக் கழுவத் தோன்றவில்லை. அப்போதும் அந்தப் பெண்ணின் விரல்கள் என் உடலைத் தடவி— விடுவதாக நினைத்தேன். அவள் திரும்ப வந்து உறைந்த இரத்தத்தைக் கழுவித் துடைத்து, பிறகு எனக்கும் அவளுக்குமாக ஒரு வீட்டை எழுப்புவோம் என்றும் நம்பினேன்.

இரவும், பகலும் மாறிமாறி பல நாட்கள் வெய்யிலும், மழையும், காற்றும், பனியும் மாறிமாறி பல நாட்கள். அப்போது கூந்தலால் தன் உடலைப் போர்த்தியிருந்த ஒரு பெண்ணை வழியிலே கண்டேன். அவளை ஒரு நாடோடியென்றும், பூட்டிய அறைக்குள் உண்மையைக் கண்டவள் என்றும் சொல்பவர்கள் இருக்கிறார்கள். அவளிடம் இரத்தம் வழியும் என்னுடைய கதையை

சொன்னேன். வலியும் கண்ணீரும் பொங்க நான் சொன்ன கதையைக் கேட்டவள்:

"எத்திசைச் செலினும் அத்திசைச் சோறே" என்றாள்.

"நீ யார்?"

மனித உடலில் மயிர் அடர்ந்திருந்த காலத்திலிருந்தே இதை அறிந்தவர்களின் வழிவந்தவள் என்றாள்.

"ஆனால் அந்தப் பெண்?"

"அவள் உடல் விழுந்து முறிந்து எழுந்த ஓசையே உனது பாடல்களின் சந்தம்"

அதைக் கேட்ட உடனே நான் பாடல்களின் காலத்தில் நுழைந்துவிட்டேன்.

***

8. நினைவுத் திரையில் ஒரு கறுப்புப் பூனை

கறுப்புப் பூனை இறந்து விட்டதாக அடுக்கக வாயிற்காப்பாளன் சொன்னான். அந்தத் தெருவில் நுழையும் போது கறுப்புப் பூனையைத் தவிர வேறு யாரையும் நான் தேடியதில்லை. இரண்டு ஆண்டுகளுக்கும் மேலாக ஜேபி நகரின் 'மினி ஃபாரஸ்ட்' என அழைக்கப்படும் பூங்காவிற்கு அருகேயிருக்கும், சீராக வடிவமைக்கப்பட்ட குடியிருப்புப் பகுதியின் தெருவொன்றில், முன்புறம் சிறிய புல்வெளியும் மரங்களும் உள்ள அடுக்கத்தின் தரை தளத்தில் இருந்த ஒரு வீட்டில் அம்மாவும் நானும் குடியிருந்தோம். அடுக்ககத்தின் வலதுபக்கத்தில் வீட்டுமனை. அதன் முன்பு தனது உச்சியில் நிலவைச் சூடியிருக்கும், இரவு நேரத்தில் தாழப்பறக்கும் விமானங்களைத் தலையுரசிச் செல்ல அனுமதிக்கும் அத்திமரம் ஒன்று நின்றிருக்கும். அதனடியே வெள்ளை நிற இசுஜூ டிரக் ஒன்று நிறுத்தப்பட்டிருக்கும். அரிதாகத்தான் அதன் உரிமையாளன் அதை எங்காவது எடுத்துச் செல்வான். மண்டை ஓடு, துப்பாக்கி, புரியாத மொழி எழுத்துகள், ஐடியோகிராம்கள், வரையாட்டின் முகம், கொம்புகள் நீண்ட கலைமான் என விதவிதமான ஒட்டிகள் அதன் பக்கவாட்டில் ஒட்டப்பட்டிருக்கும். அவனிடம் ஹோண்டா ஆஃப்ரிகன் டிவின் இருசக்கர வாகனமும் மஞ்சள் நிற வெஸ்பாவும் இருந்தன. டிரக்கின் அடியேதான் நான் கறுப்புப் பூனையைப் பார்ப்பேன். கொழுத்த உடலும் மின்னும் கரிய நிறமும் நம்மால் புரிந்துகொள்ள முடியாத பெருமிதத்தை அதற்குக் கொடுத்திருக்க வேண்டும். யாரையும் பொருட்படுத்துவதில்லை என்பதைப் போலப் படுத்திருக்கும். பல்லாயிரக்கணக்கான ஆண்டுகளாக பூனைக்கு முகமன் சொல்வதற்குக் கற்றுத்தர

இயலாத தோல்வியடைந்த ஒரு வாழ்வை மனிதர்கள் வாழ்கிறார்கள்.

ஞாயிற்றுக்கிழமை மாலை நேரங்களில் அந்த டிரக்கின் உரிமையாளன் தன் நண்பர்களுடன் ஓடுகளால் கூரை வேயப்பட்டிருந்த மொட்டை மாடியில் அமர்ந்து கிதார் வாசித்து ஆங்கிலப் பாடல்களைப் பாடுவான். தொட்டிச்செடிகள் அங்கே இருப்போரின் முகங்களை மறைத்திருக்கும் என்றாலும் கிதாரின் பிசிறில்லாத தந்தி இசையும், இன்னிசைப் பாடல்களும் அத்தி மரத்தின் அருகே நின்றால் தெளிவாகக் கேட்கும். சிலமுறை அவர்கள் பாடுவதைக் கேட்டிருக்கிறேன். அப்போது கறுப்புப் பூனை என் காலருகே படுத்திருக்கும்.

நானும் அதுவும் நேருக்கு நேர் சந்தித்ததாக நினைவில்லை. சுற்றுச்சுவரில் அது நடக்கும்போது, சூரிய வெளிச்சத் தடுப்புகளின் மீது அமர்ந்திருக்கும் போது மெதுவாகத் தலை தூக்கிப் பார்க்கும். தெருவில் பலமுறை குறுக்கே நடந்திருக்கிறது. எனது படுக்கையறைக்கு அருகே இருக்கும் அடுக்ககச் சுற்றுச்சுவரின் மீது அது நடப்பதை ஓரிரு முறை பார்த்திருக்கிறேன். சிசுக்களின் அழுகுரலில் பூனைக் குரல்கள் கேட்டால் அந்தக் கறுப்புப் பூனைதான் அவ்வாறு ஓசையிடுகிறது என நினைப்பேன். எனினும் அதனை ஒரு கடுவன் பூனையாகவே நான் கருதியிருந்ததால் நள்ளிரவில் கேட்கும் பூனையின் குரல் அதனுடையது அல்லவென்று ஒரு முடிவுக்கு வருவேன். நான் ஒருநாளும் அதன் பால் அடையாளத்தை அறிய நினைத்ததில்லை. கடுவன் பூனையாக இல்லாவிட்டால் அது பிளாட்டோவின் பூனையாக இருந்திருக்க வேண்டும். பூனைகளின் இலட்சிய வடிவமாக. அவருடைய கோட்பாடுகளின்படி இலட்சிய வடிவங்கள் பால் அடையாளங்கள் அற்றவை.

நல்லாயரின் கோலைப் போல வளைந்திருக்கும் இரண்டு விளக்குக் கம்பங்கள் அடுக்ககத்தின் முன்புறத்திலிருக்கும் பலா மரத்தாலும் புங்க மரத்தாலும்

மறைக்கப்பட்டிருக்கும். இரவில் மரங்கள் ஒளிர்வதைப் போல அவற்றின் உள்ளேயிருந்து எரியும் விளக்குகளின் பொன்னிற வெளிச்சத்தில் பூனையைப் பார்க்க நேர்ந்தால் அதன் பட்டு மினுமினுப்பு மிகுந்த கறுமை நிறம் குன்றிப்போய் மற்ற சாதாரணப் பூனைகளைப் போலாகிவிடும்.

தெருக்கோடியில் இருந்து ஓர் இளம்பெண் காதில் ஹெட்போன் மாட்டிக்கொண்டு இரவு நேரத்தில் ஒரு முனையில் இருந்து மற்றொரு முனைக்கு நடப்பாள். அவள் ஒருமுறை பூனைக்கு உணவிடுவதைப் பார்த்திருக்கிறேன். மற்றொரு பெண் (தெருவில் எந்த வீட்டைச் சேர்ந்தவள் என்பதை நான் கவனித்ததில்லை) பூங்காவிலிருக்கும் நாய்களுக்கு நாய் உணவை ஒரு பிளாஸ்டிக் தட்டில் வைத்துக் கொடுப்பாள். அவள் பூனைக்கும் உணவிடுவதைப் பார்த்திருக்கிறேன். ஒருநாளும் நான் கறுப்புப் பூனைக்கு உணவென எதையும் அளித்ததில்லை. இசுஜூ டிரக், அத்திமரம், ஞாயிற்றுக் கிழமைகளில் கேட்கும் கிதார் இசையைப் போலவே அந்தப் பூனையும் எனக்குத் தொடர்பற்றது எனினும் என்னருகே வாழ்வது. அமைதியாக, இந்த உலகின் பைத்தியக்காரச் சலனங்களில் எதிலும் பங்குபெறாமல்.

என் அண்டை வீட்டில் வசித்த இளம் தம்பதிகளுக்கு ஒரு பெண் குழந்தை இருந்தாள். அவள் வளர்த்த அலங்கார மீன் செத்துப் போனதும் அதை அவளும் அவள் தந்தையும் பலா மரத்தடியே புதைப்பதற்காக ஒரு குச்சியில் சிறு குழியைத் தோண்டுவதை அலுவலகம் முடிந்து வீடு திரும்பும்போது பார்த்தேன். தெருவின் மறுபக்கத்தில் அமர்ந்திருந்த பூனை சலனமின்றி அவர்களைப் பார்த்திருந்தது. மீன்குஞ்சைப் புதைக்கிற வரையிலும் அமைதியாக இருந்த சிறுமி அவளுடைய அப்பாவிடம், ‘பூனை குழியைத் தோண்டி மீனைத் தின்றுவிடுமா’ எனக் கேட்டாள். புதைத்த இடத்தின் அடையாளத்தை மறைக்க உதிர்ந்திருந்த இலைகளைப் பொறுக்கி வந்து மூடியிருந்த குழியின் மீது போட்டாள். அவளுக்கு ஒரு மீன்குஞ்சு வாங்கித்தர வேண்டுமென்று

ஏன் எனக்குத் தோன்றவில்லை என பலமுறை வராந்தாவில் அந்தச் சிறுமி எதிர்ப்படுகையில் யோசித்திருக்கிறேன். குட்டி சைக்கிளில் காற்று ஒலிப்பானை ஓரிரு முறை ஒலித்துவிட்டு என்னைக் கடந்து போவாள். அந்தச் சிறுமி திருச்சியில் இருந்த அவளுடைய தாத்தாவின் வீட்டிற்கு சென்றுவிட்டால் தரை தளத்திலிருந்த ஆறு வீடுகளும் அமைதியில் உறையும். ஒவ்வொரு வீடும் மற்றொரு வீட்டிற்கு விடுக்கும் அறிக்கையைப் போன்ற அமைதி.

அம்மா எப்போதும் வளர்ப்பு பிராணிகளை வளர்க்க என்னை அனுமதித்ததில்லை. அவை பேண்டு வைப்பதை, வீடெங்கும் முடியை உதிர்ப்பதை யார் சுத்தம் செய்வது எனக்கேட்பாள். எனது தாடியில் பாதி நரைத்துவிட்ட வயதிலும் என்னுடைய விருப்பங்களின் ஆயுட்காலம் ஓரிரு நாட்களுக்கு மேலும் நீடிக்கும் என்பதை அவள் ஒப்புக்கொள்வதில்லை. வளர்ப்புப் பிராணிகளை வளர்த்தால் மனக்கவலைகள் குறையும், நேரத்தைப் போக்க உதவும், நாயை அழைத்துக்கொண்டு நடைப்பயிற்சிக்கு வருபவர்களைப் போல அவளும் செல்லலாம் என்றேன். நடைப்பயிற்சிக்கு வருபவர்கள் அணியும் ஷூக்களைப் போல ஒன்றை வாங்கித்தரக் கேட்டாள். அவற்றின் விலையைச் சொன்னதும் அமைதியானாள். நாய்க்குட்டியின் விலை என்ன இருக்குமென்று கேட்டாள். நான் அந்நாட்களில் பிரபலமாகிக் கொண்டிருந்த இரஷ்ய இறக்குமதியான ஹஸ்கி வகை நாயின் விலையைச் சொன்னேன். பதில் சொல்லாமல் முறைத்தாள். ஹஸ்கி வகை நாய்க்குட்டி ஒன்றை வாங்கி அதற்கு ஜீனோ என்று பெயரிட்டு வளர்க்க வேண்டுமென்று ஆசைப்பட்டேன். கறுப்புப் பூனையின் அழகின் மீது எனக்கு ஈர்ப்பிருந்தாலும் ஒரு பூனையை வளர்க்கலாமென்று அவளிடம் நான் சொன்னதில்லை.

நடப்பவர்களை வழுக்கி விழச்செய்யும் அளவிற்கு அத்திப்பழங்கள் தார் போடப்பட்டிருக்கும் தெருவில் விழுந்து நசுங்கியிருக்கும். மரத்தைக் கடக்கும்போது

அதன் வாசனையை ஆழ முகர்வேன். அங்கே வசித்த இரண்டு ஆண்டுகளின் ஒற்றை வாசனையாக அத்திப்பழ வாசனையை உணர்கிறேன். மணங்களுக்கு, ஒலிகளுக்கு நம்மால் பெயரிட முடிந்ததில்லை. நிறம்?. பூனையின் கறுப்பு நிறத்தை வழங்குவதற்கு எனக்கு விருப்பமில்லை. அந்த ஈராண்டுகள் எனது வாழ்வின் இலட்சிய வடிவங்கள் அல்ல என்பதால் மற்றொரு இலட்சிய வடிவம் ஒன்றின் நிறத்தை அவைகளுக்கு வழங்க விரும்பவில்லை.

அடுக்ககத்தின் நிலத்தடி வாகன நிறுத்துமிடத்தில் எனது இராயல் என்ஃபீல்ட் இருசக்கர வாகனத்தை நிறுத்திவிட்டு தரை தளத்தில் இருக்கும் எனது வீட்டிற்குப் படியேறிச் செல்வேன். ஒருநாளும் அங்கே கறுப்புப் பூனையைப் பார்த்ததில்லை என்றாலும் எனது வண்டியின் பின்னிருக்கையில் சிறுசிறு கீறல்கள் விழுந்திருப்பதைப் பார்த்து வாயிற்காப்பாளனிடம் கேட்டேன். ஒருவேளை அந்தக் கறுப்புப் பூனை செய்திருக்கலாம் என்றான். அடுக்ககத்தில் அப்போது கண்காணிப்புக் கேமராக்கள் எங்கேயும் பொருத்தப்பட்டிருக்கவில்லை. நான் அந்தப் பூனையை கண்காணிப்புக் கேமராக்களில் அசையும் ஒரு பிம்பமாக, ஓர் ஓவியத்திலிருந்து நிலத்தின் மீது குதித்ததைப் போலவும், தெருவின் இருபுறங்களிலும் அசிங்கமாக ஒட்டி நிற்கும் கட்டடங்களுக்கும், கைவிடப்பட்டவை போன்று தெருவில் நிற்கும் கார்களுக்கும் மத்தியில் கண்ணுக்குத் தெரியாத மாயாஜாலக்காரனின் தொப்பியிலிருந்து எதிர்பாராத சமயத்தில் தாவி ஓடும் ஒன்றாகவே கற்பனை செய்வேன். மெதுவாக, மிக மெதுவாக நம்மையும் அறியாமல் தொட்டுணர முடியாத பிம்பங்களின் வசீகரத்தில் நம்மை இழப்பதை நம்மால் தடுக்க முடிவதில்லை.

அடுக்ககத்தில் மொத்தம் இருபத்தியோரு வீடுகள். நிறைய பெண்களும் வசித்தனர். அவர்களில் பலரை நான் பார்த்திருக்கிறேன். இரண்டு இளம் பெண்கள் தனியாக வீடெடுத்து தங்கியிருந்தனர். வார இறுதிகளின்

இரவுகளில் அவர்களது கார் வெளியே போவதும் நேரங்கழித்து வருவதுமாகவும் இருக்கும். அம்மாவிற்கு எப்படியோ அவர்களைப் பற்றித் தெரிந்திருந்தது. அடுக்ககத்தில் குப்பையைப் பிரிக்கவும், பெருக்கவும் வரும் தெலுங்கு பேசும் வேலைக்காரி அவளிடம் சொல்லியிருக்கலாம். அவர்களில் ஒருத்தி நான் சினிமாவிற்குச் சென்றுவிட்டு வீடு திரும்பும்போது, முழங்காலுக்கு அருகே நின்றுவிடும் ஏ-லைன் உடையில் நிற்பதைப் பார்த்தேன். கழுத்தைச் சுற்றிலும் சிவப்புநிற உள்ளன் சால்வையை அணிந்திருந்தாள். இரவு பத்து மணியைக் கடந்திருந்தது. செல்பேசியில் யாருக்கோ வழி சொல்வதைக் கேட்டேன். கறுப்புப் பூனை மஞ்சள் நிற வெஸ்பாவின் மீது நின்றிருந்தது. அவளையும் பூனையையும் கடந்து அடுக்கக வாயில் கதவருகேயிருந்த பலா மரத்தினடியில் நின்று அவளைப் பார்த்தேன். சிறிது நேரத்தில் ஒரு காரில் ஏறிப் போனாள். பூனை சட்டெனக் குதித்து அத்தி மரத்தின் அருகே சென்று டிரக்கின் அருகே ஒளிந்தது. நான் வீட்டிற்குத் திரும்பினேன்.

பூனையை நான்காவது தளத்தில் ஒரு வீட்டில் வசித்த பிருந்தா எனும் பெண் கொன்று விட்டாள் என்றான் வாயிற்காப்பாளன். பிருந்தா தனியாக வசிப்பவள். அவளும் அவள் வீட்டிற்கு எதிர் வீட்டில் வசிக்கும் ஒரு பெண்ணும் இரவு பதினொரு மணிக்கு அடுக்ககத்தின் நான்கு தளங்களில் வசிப்பவர்களையும் திடுக்கிட வைக்கும் வகையில் சண்டையிட்டார்கள். அன்றுதான் நான் முதன்முறையாக நான்காவது தளத்திற்குச் சென்றேன். வாய்ச்சண்டையிடுபவர்களை ஒருசில பெண்கள் அமைதிப்படுத்த முயல்வதைப் பார்த்தேன். பிருந்தாவிற்கு நாற்பது வயதிற்கு மேல் இருக்கலாம். வீட்டின் கதவை கிறிஸ்துமஸிற்காக அலங்கரித்திருந்தாள். கதவில் ஒரு பெரிய இருதய வடிவிலான பலூனை ஒட்டியிருந்தாள். அவளுக்கே எதிரே நின்றிருந்த பெண்ணும், அவளது கணவனும் பிருந்தாவிற்கு இணையாகச் சண்டை போட்டாலும் அவள் மேலும் மேலும் ஆங்கில வசைச்சொற்களைக்

கொட்டி அவர்களை வாயடைக்கச் செய்தாள். அவர்களுடைய குழந்தையை பிருந்தா ‘சைக்கோபாத்’ என்று அழைத்தாள். அதைக் கேட்டதும் பதில்பேச வராமல் அந்தப் பெண் அழத் தொடங்கினாள். அவளுடைய கணவன் பிருந்தாவை அடிக்கப் பாய்ந்தான். நான் அவனைப் பிடித்து சுவர் ஓரமாக இழுத்து நிறுத்தினேன். பிருந்தாவின் முகம் கோபத்தில் சிவந்து இருந்த போதும் அவள் கண்களில் நம்ப முடியாத உறுதியைப் பார்த்தேன். அடுக்ககத்தின் செக்ரட்டரி மெதுவாகப் படியேறி வந்தார். பணி ஓய்வுபெற்ற அரசு மருத்துவரான அவர் அடுத்த நாள் காலை அவர்கள் இருவரையும் அவருடைய வீட்டிற்கு வரச்சொன்னார். அவர்களுக்கிடையே எந்தப் பிரச்சனை என்றாலும் அவர் தீர்த்து வைப்பதாகச் சொன்னாள்.

இரவுநேர வாயிற்காப்பாளன் ஓர் இந்திக்காரன். அவனுடன் என்னால் உரையாட முடியாது. எனக்குத் தெரிந்த எந்த மொழியிலும் அவனுக்குப் பேச வராது. பகல்நேர வாயிற் காப்பாளன் ஒன்பது மணி வரையிலும் இருப்பான். அவன் தமிழ் நன்றாகப் பேசுவான். நான் கேட் காமலே என்னிடம் பிருந்தாவின் கதையைச் சொன்னான். கணவனையும், மகனையும் பிரிந்து தனியாக வசிப்பவளான பிருந்தா மன அழுத்தத்திற்கு சிகிச்சை பெறுகிறாள், தினமும் குடிப்பாள் என்றும் சொன்னான். அவள் வீடு கிறிஸ்துமஸிற்காக அலங்கரிக்கப்பட்டிருப்பதைப் பார்த்து அவளுடைய குடும்பம் அங்கே வசிக்கிறதென்று நினைத்தேன். நாங்கள் அங்கே குடிவருவதற்கு ஓரிரு மாதங்கள் முன்பாக அவளுடைய கணவனும் மகனும் அவளைவிட்டுப் பிரிந்துவிட்டார்கள் என்றான். அவர்களுடைய விவாகரத்து வழக்கு முடிந்திருக்கவில்லை. அவள் வசிக்கும் வீடு அவளுக்குச் சொந்தமானது. எதிரே வசிப்பவர்கள் புதிதாகக் குடிவந்தவர்கள். மத்தியப் பிரதேச மாநிலத்தைச் சேர்ந்தவர்கள். அவர்களுடைய இரண்டு வயதுக் குழந்தை இரவில் வெகுநேரம் தூங்காமல் கத்திக்கொண்டிருக்கும், உச்சபட்ச குரலில் அழும். நான் கேட்ட பூனையின் அழுகுரல் ஒருவேளை அந்தக் குழந்தையினுடையதாக இருந்திருக்கலாம்.

ஒலித் தொழில்நுட்பவியலாளர் ஒருவர் அந்த அடுக்ககத்தின் கட்டுமானத்தில் ஈடுபட்டிருக்க வேண்டும். கதவுகளும் ஜன்னல்களும் மூடியிருப்பினும் ஒரு வீட்டில் ஒலிக்கும் மெல்லிய ஒலிகளும் மற்றொரு வீட்டில் துல்லியமாகக் கேட்கும். தூக்கத்திலிருந்து எப்போது நான் கண்விழித்தாலும் யாராவது ஒருவரின் வீட்டிலிருந்து கழிப்பறை கொட்டுநீர்விசை அழுத்தப்படும் ஓசையைக் கேட்டிருக்கிறேன். பெரிய பி.வி.சி குழாய்களில் நீர் பயணிப்பதையும். அந்தக் குழந்தையின் வினோதமான ஓசைகளும், அழுகுரலும் பிருந்தாவை தூங்க விடாமல் செய்திருக்கின்றன. சண்டையின் போது சொன்னாள், இந்தக் கிறிஸ்துமஸை நான் அமைதியாகக் கொண்டாட விரும்புகிறேன். பைத்தியக்காரக் குழந்தையின் குரல் என்னுடைய அமைதியான பிரார்த்தனையைக் குலைக்கிறது.

கிறிஸ்துமஸிற்கு பல நாட்கள் முன்பாகவே பிருந்தா அவளுடைய வீட்டை அலங்கரித்திருந்தாள். டிசம்பர் மாதத்தின் முதல் வாரத்தில்தான் அவர்கள் சண்டையிட்டார்கள். வாயிற்காப்பாளன் சொன்னதைக் கேட்டதும், வாழ்வை சீரமைப்பதற்காக, நோய் தீர்வதற்காக, திடீரென உற்சாகம் பெற்று கிறிஸ்துமஸை வரவேற்க பிருந்தா முன்னதாகவே தயாராகியிருந்தாள் என நினைத்தேன். எப்போதும் இல்லாத வகையில் அவள் பால்கனியையும் அலங்கரித்திருப்பதாக வாயிற்காப்பாளன் சொன்னான்.

நானும் வாயிற்காப்பாளனும் சேர்ந்து புதிதாகப் பொருத்தப்பட்டிருந்த கண்காணிப்புப் கேமராவில் பதிவானவற்றைப் பார்த்தோம். அவன் எனக்கு மட்டுமே அதைக் காண்பிப்பதாகச் சொன்னான். பிருந்தா அவளுடைய கையில் இறந்து கிடக்கும் கறுப்புப் பூனையைத் தூக்கிக்கொண்டு எதிர் வீட்டின் வாசலில் போடப்பட்டிருந்த மிதியடியின் மீது போடுவதைப் பார்த்தோம். மினுமினுக்கும் உடலுடைய பூனையின் அசைவற்ற பிம்பத்தை, காட்சியை உறையச் செய்து சில நிமிடங்கள் பார்த்தேன். அந்தக் காட்சியின் அமைதியில்,

ஒரு பூதத்தின் உள்ளங்கை சிறுரேகை ஒன்றைப் போல கறுப்புப் பூனை ஆழ மூழ்கியிருந்தது.

பூனையை பிருந்தா எப்படிக் கொன்றாள் என்பதை யாரும் அறிய முடியவில்லை. மத்தியப் பிரதேச மாநிலத்தைச் சேர்ந்தவர்கள் ஒரே வாரத்தில் வீட்டைக் காலிசெய்து வேறெங்கோ சென்றுவிட்டார்கள். கிறிஸ்துமஸ் வந்துபோனது. அதன் பிறகு ஒருமுறை கூட நான் பிருந்தாவைப் பார்க்கவில்லை. பின்னர் ஒருமுறை இதைப் பற்றிப் பேசும்போது அம்மா சொன்னாள், 'பூனையைக் கொன்றதற்குப் பிறகு பிருந்தா ஒருவேளை குணமடைந்திருக்கலாம்' என்று.

***

9. பணத்தின் குழந்தைகள்

கிளாரிஸ் லிஸ்பெக்டர் ஒரு சிறுகதையின் வாயிலாக என்னை எச்சரித்திருந்த போதும் நான் இவற்றையெல்லாம் செய்யத் துணிந்தேன்.

அன்று ஞாயிற்றுக்கிழமை. மாலை. சூப்பர் மார்க்கெட்டில் கூட்டம் அதிகமில்லை. இரண்டேயிரண்டு குளிர்ந்த டயட் கோக் டின்களை வாங்கி, பணம் செலுத்துவதற்காக நின்றிருந்த போது வாயிலுக்கு அருகே ஒரு முதிய பிச்சைக்காரரைப் பார்த்தேன். உள்ளே வருகையில் அவரைப் பார்த்ததாக நினைவில்லை. ஆனால் அவர் வெகுநேரம் அங்கே நின்றிருப்பவரைப் போலத் தோன்றினார். வெகுகாலமாகக் கூட. ஓய்வு நாளின் உற்சாகம் வடிந்து, ஊரே தனது கூட்டில் அடைந்திருந்தது. சூப்பர் மார்க்கெட்டைச் சுற்றியிருந்த அடுக்கங்களின் ஜன்னல்களிலிருந்து வழிந்த சோர்வுற்ற ஒளி சலனமற்றிருந்தது. வலதுகையை வாயருகே எடுத்துச் சென்று, தாழ்த்தி, விரல்களைக் குவித்து என்னிடம் பிச்சை கேட்டவரிடம் ஒரு கோக் டின்னைக் கொடுத்து அதை எவ்வாறு திறந்து குடிப்பதென்று விளக்கிவிட்டு அங்கிருந்து நகர்ந்தேன். என் வீட்டருகே இருந்த பூங்காவில் பராமரிப்பாளனின் கவுன் அணிந்த இரண்டு பெண் குழந்தைகளைத் தவிர யாருமில்லை. அரைவட்ட வடிவிலான வெண்ணிற மின்விளக்குகளின் ஒளியில் குழந்தைகள் விளையாட்டில் மூழ்கியிருந்தன.

நள்ளிரவுக்குப் பிறகு என் வீட்டிற்கு மேலே பறக்கும் விமானங்களின் ஓசை கேட்கத் தொடங்கியது. சில வாரங்களாக நான் வாசித்துவந்த, 'இமிடேசன் ஆஃப் கிறைஸ்ட்' நூலை என் தலையணைக்கு அருகே வைத்துக்கொண்டேன். எனது உறக்கத்தின் தொலைதூரங்களில் விமானங்கள் மறையும் வரை ஒரு திட்டத்தை யோசித்தவாறு படுத்திருந்தேன்.

திங்கட்கிழமை. நடைப் பயிற்சியாளர்களால் நிரம்பியிருந்த பூங்காவைக் குறுக்காகக் கடந்து சென்று பணமளிப்பு இயந்திரத்தில் பத்தாயிரம் ரூபாய்களை எடுத்தேன். நான் நினைத்தவாறு நூறு ரூபாய் நோட்டுக்களாக இயந்திரம் பணத்தை வெளியே தள்ளியது. நான் எப்போதும் பணமளிப்பு இயந்திரங்களில் இருந்து வெளியே வரும் தொகையை எண்ணிப் பார்ப்பதில்லை. பருவ காலத்தைக் காட்டிலும் ஒரு பணமளிக்கும் இயந்திரம் நம்பிக்கைக்கு உரியதாக மாறியிருக்கிறது.

வீட்டிற்குத் திரும்பும்போது நேற்றிரவு வகுத்திருந்த திட்டத்தை மீண்டுமொரு முறை நினைவு கூர்ந்தேன். வங்கியில் எனது மேலாளரை அழைத்து விடுப்பு சொன்னேன். விடுப்பு கிடைத்ததும் என்னுடைய திட்டம் வழங்கப்போகும் அனுபவத்தின் கிளர்ச்சியைக் கற்பனை செய்தவாறு (அந்த உளநிலையை விவரிக்க சரியான இசைக்கோர்வை: ரிச்சர்ட் வாக்னரின் 'ரைடு ஆஃப் தெ வல்கியரிஸின்' தொடக்கப் பகுதி) குளித்து, ஒரு காஃபி போட்டுக் குடித்து விட்டு வெளியே வந்தேன். நான் வாடகைக்கு குடியிருந்த அடுக்ககத்தின் வாயில் கதவருகே வளர்ந்து போவோர் வருவோரை வரவேற்கும் வெட்சிப் பூச்செடியில் செந்நிறப் பூக்கள் நிறைத்திருந்தின. பலாமரமும் புங்க மரமும் இணையாக வளர்ந்து ஒன்றின்மீது ஒன்று சாய்ந்திருந்தன. முற்றத்தின் ஓரத்தில் அசையாமல் நின்றிருந்த மாமரத்தின் காலைச் சுற்றியும் நிழல் படிந்திருந்தது.

முக்கியமான வழிபாட்டிடங்கள், மெஜஸ்டிக் பேருந்து நிலையம் முன்பு பிச்சைக்காரர்களைக் கவனித்திருந்த போக்குவரத்து சமிக்ஞைகளைச் சேர்த்து ஒரு பயணத்திட்டத்தை வகுத்திருந்தேன். நூறு பிச்சைக்காரர்களுக்கு ஆளுக்கு நூறு ரூபாய் வழங்குவதுதான் என்னுடைய திட்டம். ஒருநாளில் நூறு பிச்சைக்காரர்களின் விதவிதமான முகங்களை, அழுக்கேறிய உடைகளை, வெளிர் பிஸ்தாநிற பீளை நிரம்பிய கண்களைச் சந்திப்பதை, அதன் பிறகு

நிதானமாக வீடு திரும்புவதை எளிதாகக் கற்பனை செய்து வைத்திருந்தேன் எனினும் ஒரே நாளில் நூறு பிச்சைக்காரர்களைச் சந்திப்பதில் நிறைய சிரமங்கள் இருந்தன. கோயில்களில் சிரமம் ஏதுமில்லை. பிச்சைக்காரர்கள் கோயிலின் வெளிப்புறத்தில் திருவோட்டைத் தரையில் வைத்து அல்லது துணியைத் தரையில் விரித்து அமர்ந்திருப்பார்கள். தாடி வளர்த்து, மஞ்சள் அல்லது காவி நிறத்திலான ஆடைகளை அணிந்திருப்பவர்களில் சந்நியாசிகளும் இருக்கலாம், பிச்சைக்காரர்களும் இருக்கலாம். கூன் விழுந்த கிழவிகள் கையில் தடியோடு, சீழ் வழியும் காயங்களின் மீது வெள்ளைத் துணியைக் கட்டிக்கொண்டு, கால்நீட்டி உட்கார்ந்திருப்பார்கள். தோல் சுருங்கிய உருவங்களில், வடிந்து போய்விட்ட அவர்களது வாழ்வின் எஞ்சியிருப்பவற்றின் நிறத்திலே பிரிபிரியாகத் திரண்டிருக்கிறது எண்ணையிடப்படாத அவர்களின் செம்பழுப்புக் கூந்தல். அவர்களது உயிரின் நிறமே செம்பழுப்பென்று நான் கற்பனை செய்தேன் (பழுப்புக் கூந்தலை விரல் கொண்டு மெல்ல நீவிவிடும் கற்பனைக்குப் பொருத்தமான இசை: சாய்கோவி— ஸ்கியின் 'ஸ்வான் லேக் சூட், ஓப் 20').

மெஜஸ்டிக் பேருந்து நிலையத்தில் பிச்சைக்காரர்களையும் பொறுக்கிகளையும் வேறுபடுத்திப் பார்ப்பது சற்றே கடினம். குடிப்பதற்காக, கஞ்சா வலிப்பதற்காக, பாலங்களின் அடியே இரவில் தஞ்சமடையும் நோய் முற்றி வாடி வதங்கியிருக்கும் ஆக மலினமான வேசைகளைப் பகலிலே புணர்வதற்காக அவர்கள் கையேந்துவார்கள். இரவெல்லாம் யாரிடமோ அடிவாங்கி வீங்கிப் போயிருந்த கன்னங்களோடு, சாலையோரத்தில் கிடந்த ஒரு செங்கல் துண்டை எடுத்து உடைத்து அதில் பல் தேய்த்து, நசுங்கியிருந்த நெகிழிக் குடுவையில் பிடித்திருந்த தண்ணீரில் முகங்கழுவி எதன் பொருட்டோ விரைந்து நடந்த, தெருவில் வாழும் ஒரு பெண்ணை மெஜஸ்டிக் இரயில் நிலையத்தின் அருகே ஓர் அதிகாலையில் பார்த்திருக்கிறேன். இந்தியாவில் மட்டுமல்ல உலகின் எந்த மூலையிலிருக்கும் இரயில்

நிலையமும் வழிபாட்டிடமும் பிச்சைக்காரர்களை உற்பத்தி செய்து வைத்திருக்கின்றன.

நூறு பிச்சைக்காரர்களைத் தேடி காலை எட்டு மணியிலிருந்து மாலை ஆறே முக்கால் மணிவரை நான் கோயில்களிலும், மசூதிகளிலும், சமிக்ஞைகளிலும், பேருந்து நிலையப் பகுதிகளிலும் அலைந்தேன். அன்று முழுக்க சாப்பிடக் கூடாதென்றும் முடிவு செய்திருந்தேன். சிலர் என்னோடு பேச முனைந்தனர். ஆனால் அவசரத்தினால் அல்ல பிச்சைக்காரர்கள் பேசுவதை நின்று கேட்பதற்கு எனக்குத் தயக்கம். மெலிதான அருவெறுப்பும் கூட.

தெருநாய்களும் இடம்பெயர்ந்து போன கைவிடப்பட்ட கிராமங்களின் இடிந்த வீடுகளின் வெடிப்புற்ற சுவர்களின் களைக்கு இணையான களையுடைய முகங்கள் (செம்புழுதி வீசும், வெய்யில் சுட்டெரிக்கும், முட்காடுகள் நிறைந்த நிலத்திற்கான இசை: மியூசிக் ஃபார் ஸ்ட்ரிங்ஸ், பெர்குசன் & சலஸ்டா), வீங்கிய கைகள், முழங்காலுக்குக் கீழே கால்கள் துண்டிக்கப்பட்டவர்கள், பார்வையற்ற கண்கள், நடக்க முடியாதவர்கள், தள்ளாமையின் கைப்பிடியில் நசுங்கிக் கொண்டிருக்கும் உடல்கள், ஊழ் நிரம்பிய முகங்கள்.

சமிக்ஞைகளில் இப்போது இந்தியாவின் பல மூலைகளில் இருந்து வந்த பழங்குடிகள் எதையெதையோ விற்கிறார்கள். இரப்பர் குழந்தை பொம்மைகளை விற்றுவந்த ஒரு பழங்குடிப் பெண் ஒருத்தியை பதினைந்து ஆண்டுகளுக்கு முன் பார்த்திருக்கிறேன். அன்று நள்ளிரவுக்கும் மேலே அந்த இரப்பர் குழந்தை பொம்மை என்னுடைய நினைவில் அழுந்திக் கொண்டேயிருக்க கவிதை ஒன்றை எழுதினேன். அந்தக் கவிதை ஒரு பார்வைக்கு பிச்சைக்காரியைப் போன்றும் மறுபார்வைக்கு அவளுடைய மெலிந்த கைகளில் இருந்த குண்டுகுண்டான இரப்பர் குழந்தை பொம்மையைப் போன்றும் இருந்தது. அந்தக் கவிதையில் ஒரு குழந்தையும் இருந்தது.

நூறாவது பிச்சைக்காரி ஒரு மூதாட்டி. எனக்கோ அளவில்லாத பசி.

அதோடு ஒருநாள் முழுக்க பிச்சைக்காரர்களைத் தேடித் திரிந்ததில் இந்த நகரமே பிச்சைக்காரத் தோற்றத்திலே தெரிந்தது. பளபளக்கும் கண்ணாடியாலான வானுயர்ந்த கட்டிடங்களும் அவற்றின் வழக்கமான வசீகரத்தை இழந்திருப்பதையும் கப்பன் பூங்காவில் பூத்திருந்த ஊதா நிற மலர்களிலும் கூட ஒளி குறைந்திருப்பதையும் நான் பார்த்தேன்.

மெஜஸ்டிக் இரயில் நிலையத்திற்கு எதிரேயிருக்கும் சுற்றிலும் விடுதிகளால் சூழப்பட்ட பேருந்து நிலையத்தின் கூரையின் மேலே நடந்து சென்றால், அதுவும் அந்தி வேளையில், சோம்பல் நிரம்பிய அழகின் முகத்தைப் பார்க்கலாம் (வேகவேகமாகச் செல்லும் மனிதர்களை ஒரு முட்டைக்குள் சுழல்பவர்களாக உணர்வதற்கான இசை: சாஸ்டகோவிச்சின் 'சொனாட்டா இன் டி மைனர் ஃபார் செல்லோ &ணீனீஜீ; பியானோ'). ஆனால் எனக்கோ அந்தத் தெருவோர விபச்சாரியின் கன்றிப்போய் வீங்கியிருந்த முகம்தான் நினைவில் எழுகிறது.

நூறாவது பிச்சைக்காரியான மூதாட்டியைப் போன்ற ஒரு பிச்சைக்காரியை, அவளைப் பிச்சைக்காரி என்று சொல்ல முடியாது, ஒரு பிராமணப் பெண், சில ஆண்டுகளுக்கு முன் பசவனகுடியில் ஒரு சமிக்ஞையில் பிச்சை கேட்டுக்கொண்டிருந்தாள். குளித்து சுத்தமாக இருந்தது அவளது முகம், சீலையும் அழுக்கில்லாமல். அனேகமாக வீட்டை விட்டுத் துரத்தப்பட்டு அல்லது வீட்டாரிடம் கோபப்பட்டு வெளியேறி இருக்க வேண்டும். அவள் பிராமணப் பெண் என்பதை ஆட்டோவில் அமர்ந்திருந்த ஒருவர் உடனடியாகக் கண்டுகொண்டு அருகேயிருக்கும் ஸ்ரீசுப்ரமண்யா மடத்தில் உணவளிக்கிறார்கள், அங்கே செல் என்று சொன்னார். அவளும் அவரது பேச்சைக் கேட்டு உடனடியாகச் சென்றாள்.

நூறாவது பிச்சைக்காரியிடம் என்னிடமிருந்த கடைசி நூறு ரூபாய் நோட்டை அளித்தேன். அவளுக்கு ஆச்சரியம். அன்றைய நாளில் எல்லாப் பிச்சைக்காரர்களின் கண்களும் ஒன்றுபோலவே விரிந்ததைக் கண்டேன். அவர்களில் பலரும் கையில் சேரும் சில்லறைகளை உணவகங்களில் நூறு ரூபாய்க்கு தொண்ணூற்றி ஐந்து ரூபாய்கள் என்று கைமாற்றுகிறவர்கள் என்றாலும் பிச்சையாகக் கிடைக்கும் நூறு ரூபாய் முழு நோட்டு, அதுவும் என்னைப் போன்ற இளைஞன் கொடுப்பதை அவர்களால் நம்ப முடிந்திருக்காது (ரூபாய் நோட்டைப் பார்த்து கண்கள் விரிவதற்கான இசை: பீத்தோவனின் 'எக்மாண்ட், ஓப் 84: ஓவர்சர் இன் எஃப் மைனர்'). ஆனால் என்னைப் பைத்தியம் என்று அவர்கள் நினைத்திருக்க மாட்டார்கள், ஏதாவது வேண்டுதல் என்று நினைத்திருக்கலாம். நன்றி சொல்ல முகமன் வைக்கும் அவர்களது கைகளில் ஒன்றிரண்டு என்னை வாழ்த்தவும் செய்தன.

என்னுடைய திட்டத்தின் நோக்கம் ஒன்றே ஒன்றுதான். அது தயை. வடமொழிச் சொற்களான கிருபையும் தயையும் ஒத்த பொருளைக் கொண்டவை என்றாலும் கிருபை நம்மை செயலாற்றத் தூண்டுவதில்லை. ஒருவரின் அல்லது ஒன்றின் வறிய நிலை கண்டு இரங்கினால் அது கிருபை மட்டுமே, ஆனால் அதை மாற்றுவதற்காக முயன்றால் அது தயை. கிருபை எளியவர்களுக்கானது, தயை வலியவர்கள் செய்வது. மிகுந்த களைப்போடும் பசியோடும் என்னுடைய அறைக்குத் திரும்பி, சுடுநீரில் உடம்பையே நீவிவிட்டதைப் போன்ற ஒரு குளியலை முடித்துவிட்டு குளியறையிலிருந்து வெளியே வர, கட்டிலின் மீது ஒலித்துக்கொண்டிருந்த செல்போனை எடுத்தேன். ஹைதராபாத்திற்கு இடம்பெயர்ந்து சென்றுவிட்ட என்னுடைய நண்பன். பல மாதங்களுக்கு முன்பு என்னிடம் கடனாக வாங்கியிருந்த பத்தாயிரம் ரூபாயைத் திருப்பி அளித்திருப்பதாகச் சொன்னான். அவன் இணைப்பில் இருக்கவே, வங்கியிலிருந்து

வந்திருந்த குறுஞ்செய்தியை வாசித்தேன். பல மாதங்களாக இன்று வரும், நாளை வரும் என்று நம்பியிருந்த பணம் திரும்ப வந்துவிட்டது. அதைச் சொல்லி அழைப்பைத் துண்டித்தேன்.

செவ்வாய்க் கிழமை. பணி முடிந்ததும் என்னுடைய நண்பர்கள் மூவரை வழக்கமாகச் சந்திக்கும் பிடிஎம் லே-அவுட்டிலிருக்கும் உணவகம் ஒன்றில் சந்தித்து முந்தைய நாள் நடந்தவற்றைச் சொன்னேன். கண்டதையும் படித்து குழப்பிக்கொண்டு கைக்காசை செலவழிக்க வேண்டாமென்று சொன்னார்கள். அவர்களில் யாரும் குறைந்த செலவில் விடுதலையே கிடைக்குமென்றாலும் அதை வாங்கக் கூடியவர்கள் அல்ல. ஒரு பத்தாயிரம் நீ செலவு செய்தாய், ஒரு பத்தாயிரம் உனக்கு வந்திருக்கிறது. இது தற்செயலே அல்லாமல், அற்புதம் ஒன்றுமல்ல. நீ பிச்சைக்காரர்களுக்கு பணத்தைச் செலவழிக்காமல் இருந்திருந்தால், இந்நேரம் உன்னிடம் இருபதாயிரம் ரூபாய்கள் இருந்திருக்கும். பந்தயத்தில் கலந்துகொள்வதற்கு முன்பே தோல்வியடைபவர்களின் உணர்வுகளைப் போன்றதே நான் செய்தது என்றார்கள். அவர்கள் சொல்வது சரிதான் என்றாலும் கிருபை, தயை இவை இரண்டிற்கும் அடிப்படையாக இருக்கும் கருணை, இரக்கம் இவற்றைப் பற்றியெல்லாம் தர்க்கபூர்வமாக அவர்களிடம் விவாதிக்க முடியாது. அதுவும் என்னுடைய உளநிலை கொஞ்ச நாட்களாக இவை போன்ற நடைமுறை உலக விசயங்களுக்கு அப்பால் உள்ளவற்றோடு தொடர்புகொள்ள முயற்சிப்பதால் அதைக் குறித்து அவர்களுக்கு எவ்வளவு விளக்கிச் சொன்னாலும் ஏளனமே மிஞ்சும் என்பதால் நான் மேற்கொண்டு எதையும் விவாதிக்காமல் இதை மட்டும் சொன்னேன்.

“கடவுள் நம்பிக்கையை, மதக் கருத்துக்களைப் பின்பற்றி நான் இவ்வாறு செய்யவில்லை. இதன் தர்க்கம் எனக்கே புரியவில்லை என்றாலும் நூறு பிச்சைக்கார்களின் வாழ்க்கையில் அன்று நிகழ்ந்தது

ஒரு அற்புதமே. என்றாலும் இது விளையாட்டின் தீவிரத்தைப் போன்றதென்றே தோன்றுகிறது”.

என்னைப் போலவே மூலதனப் பளபளப்பு நிரம்பியிருக்கும் அலுவலகங்களின் வழியாக தங்கள் எதிர்காலத்திற்கு இரயிலைச் செலுத்திக் கொண்டிருக்கும் என்னுடைய நண்பர்களுக்கு நான் சொன்னதின் பொருள் விளங்கவில்லை.

நாம் கேட்கிற அளவிற்கு பணம் தரவில்லை என்றால் கடவுளின் பயன்தான் என்ன ?. கிரேக்கக் கடவுளர்களின் மறுவுருவங்களைப் போன்ற பணக்காரர்களின் தயையும் என்னுடையதும் ஒன்றா ? அவர்களிடமிருந்து விடைபெற்று என்னுடைய வீட்டிற்குத் திரும்பும் வழியில் இதைத்தான் யோசித்தேன்.

கிளாரிஸ் லிஸ்பெக்டர் எச்சரிக்கை இதுதான்:

`...whoever imitated Christ would be lost -lost in the light, but dangerolusly lost. Christ was the worst temptation'.

பணத்தின் குழந்தைகளில் ஒருவனான நான், லிஸ்பெக்டாரின் எச்சரிக்கையை மீறியிருக்கக் கூடாது.

***